திருவள்ளுவர்

உள் அட்டையில் காணும் சிற்பக் காட்சியில் பகவான் புத்தரின் அன்னை மாயாதேவி கண்ட கனவின் பலனை மன்னர் சுத்தோதனருக்கு நிமித்திகர் மூவர் விளக்குகின்றனர். அவர்களுக்குக் கீழே அமர்ந்து அந்த விளக்கத்தை எழுதுகிறார் ஓர் எழுத்தர். எழுதும் கலையைச் சித்திரிக்கும் முதல் இந்தியச் சிற்பம் இதுவாகவே இருக்கலாம்.

நாகார்ஜுன மலைச்சிற்பம் பொ.யு. இரண்டாம் நூற்றாண்டு.
(படஉதவி: நேஷனல் மியூசியம், புதுதில்லி)

இந்திய இலக்கியச் சிற்பிகள்

திருவள்ளுவர்

ஆசிரியர்
எஸ். மகராஜன்

மொழிபெயர்ப்பு
ந. முருகையன்

சாகித்திய அகாதெமி

Tiruvalluvar: Tamil translation by N. Murugaiyan of S. Maharajan's monograph in English, Sahitya Akademi, New Delhi, (2022), Rs. 50/-

உரிமை © சாகித்திய அகாதெமி
ஆசிரியர்   : எஸ். மகராஜன்
மொழியாக்கம்   : ந. முருகையன்
பொருள்   : இந்திய இலக்கியச் சிற்பிகள்
வெளியீடு   : சாகித்திய அகாதெமி
முதற்பதிப்பு   : 2022
ISBN   : 978-93-5548-198-6
விலை   : ரூ. ▆/-

All rights reserved. No part of this book may be reproduced or utilized in any form or by any means, electronic or mechanical including photocopying, recording or by any information storage and retrieval system, without permission in writing from Sahitya Akademi.

சாகித்திய அகாதெமி

தலைமை அலுவலகம்	: 'இரவீந்திர பவன்', 35,பெரோஸ்ஷா சாலை, புதுதில்லி 110 001. secretary@sahitya-akademi.gov.in | 011-23386626/27/28.
விற்பனை அலுவலகம்	: 'ஸ்வாதி', மந்திர் சாலை, புது தில்லி 110 001. sales@sahitya-akademi.gov.in|011-23745297, 23364204.
கொல்கத்தா	: 4, டி.எல். கான் சாலை, கொல்கத்தா 700 025. rs.rok@sahitya-akademi.gov.in|033-24191683/24191706.
சென்னை	: குணா வளாகம், 443, இரண்டாம் தளம், அண்ணா சாலை, தேனாம்பேட்டை, சென்னை 600 018. chennaioffice@sahitya-akademi.gov.in 044-24311741|24354815.
மும்பை	: 172, மும்பை மராத்தி கிரந்த சங்கிரகாலய சாலை, தாதர், மும்பை 400 014. rs.rom@sahitya-akademi.gov.in 022-24135744 | 24131948.
பெங்களூரு	: மத்தியக் கல்லூரி வளாகம், பல்கலைக்கழக நூலகக் கட்டிடம், டாக்டர் அம்பேத்கர் வீதி, பெங்களூரு 560 001. rs.rob@sahitya-akademi.gov.in. 080-22245152, 22130870.

ஒளி *அச்சு:* BalaGeetha Media, Pollachi |*அச்சகம்:* Mani Offset, Chennai

Visit our website at http://www.sahitya-akademi.gov.in

மொழிபெயர்ப்பாளர் குறிப்பு

'வள்ளுவன் தன்னை உலகினுக்கே தந்து வான்புகழ் கொண்ட தமிழ் நாடு' என்ற பாரதியின் வாக்குக்கிணங்க திருவள்ளுவரைப் பற்றிய நூல் உலகை அடையும் வண்ணம் நூலாசிரியர் நீதியரசர் எஸ். மகராஜனால் எழுதப்பெற்று, (முதல் பதிப்பு 1979, இரண்டாம் பதிப்பு:1982 மறுஅச்சு 2017 என) மூன்று பதிப்புக்களைக்கண்டு இப்போது அதன் தமிழ் மொழிபெயர்ப்பு, 2020 இல் செய்யப்பட்டுள்ளது.

நூலில் மொழிபெயர்ப்புக் கொள்கை

நூலாசிரியர் ஈரடிக் குறள்பாக்களின் மொழிபெயர்ப்பை ஆங்கிலத்தில் கொடுக்கிற போது எல்லாம் இரண்டு அடியில் இருப்பதில்லை. பெரும்பாலான குறள்களுக்கு மூன்று அல்லது நாலு அடியில் பெயர்ப்பைக் கவிதை வடிவில் கொடுக்கிறார். ஒருசில குறள்களுக்கு ஐந்து அடிப் பொழிப்புரை மொழியாக்கமாக ஆங்கிலத்தில் உள்ளது. மற்றும் ஒரு சில குறள்களை உரைநடையாகவே கொடுக்கிறார் (எ-காட்டு) குறள் எண் (719). ஆங்கில மொழி பெயர்ப்பை அளிப்பதற்கு முன் அதுகுறித்த கருத்தை விளக்கும் போக்கு, பெயர்ப்புக்கு எடுத்துக்கொண்ட அனைத்துக் குறள் பாக்களுக்கும் பெரும்பாலும் காணப்படுகிறது. அதோடு மட்டுமல்லாமல் மேற்கோளாகக் காட்டும் ஆங்கிலக் கவிதை அடிகளுக்கும் சில வரிகளைக் கொண்ட முன்னுரை வழங்குகிறார். இத்தகைய விளக்கம் மூன்று அல்லது நான்கு வரிகளிலோ அல்லது ஒரு சில பத்திகளிலோ இருக்கக் காண்கிறோம்.

ஆனால், நூலாசிரியரின் குறட்பாக்களின் ஆங்கில மொழிபெயர்ப்பைத் தமிழில் மொழியாக்கம் செய்யும் போது மூலத்தில் உள்ள அடி எண்களே பெயர்ப்பில் பெரும்பாலும் இருக்குமாறுசெய்யப்பட்டுள்ளது. இதற்குக் காரணம் நூலாசிரியரின் மொழிபெயர்ப்பு, மூலமொழி தமிழில் உள்ளது சுருக்கம், திட்பம் மற்றும் செறிவு மிகுந்ததாக மட்டுமன்றி வெண்பா இலக்கணத்துக்கு ஏற்றதாகவும் 'சொல்லுக ஓர்சொல்லை அச்சொல்லை வெல்லும் சொல் இல்லை என்பதறிந்து' என்ற நியதிக்கு இலக்கியமாகவும் எல்லாக் குறள்களிலும் உள்ளது. மூல மொழியில் உள்ள கருத்துப்

பிழிவு மற்றும் சொற்பிழிவு மிக்க குறட்பா ஒன்றுக்கு மேற்பட்ட பொருள்களை வெளிப்படுத்தும் மூலச் செய்யுள் இயல்பு அல்லது குணம்/நிலை தவிர்க்கப்படுகிறது. இத்தவிர்ப்புக்கு மூலகாராணம் இயலாமையாக இருந்த போதிலும், பெயர்ப்பாளரின் நோக்குக்கு இது அவசியம் இல்லாமலும் ஆகிவிடுகிறது.

இந்நிலை மூலமொழி தமிழ், மொழிபெயர்ப்பு மொழி ஆங்கிலம் என்ற நிலையில் மட்டுமன்றி மூலமொழி தமிழ், பெயர்ப்பு மொழி இலத்தீன், ஐரோப்பிய மொழிகளான ஜெர்மன், பிரெஞ்ச், ஸ்பானிஷ், இந்திய மொழிகளான தெலுங்கு, மராட்டியம், இந்தி, வங்கம் என்ற பல்வகை நிலைகளிலும் காணப்படுகின்றது.

இப்பெயர்ப்பு மொழிபெயர்ப்பின் மொழிபெயர்ப்பு அல்லது மொழியாக்கமாக ஆகிவிடுகிறது. அதாவது தமிழிலிருந்து ஆங்கிலத்துக்கு மொழியாக்கம் செய்யப்பட்டதிலிருந்து தமிழுக்கு மொழிபெயர்ப்பு. இங்கு மூலமொழி - தமிழ், மொழிபெயர்ப்பு மொழி - ஆங்கிலம், பின்னர் மூலமொழி- ஆங்கிலம், மொழிபெயர்ப்பு மொழி-தமிழ். இச்சூழலில் பயன்படுத்தப்படும் தமிழ் மற்றும் ஆங்கிலம் ஆகிய இருமொழிகளும் மொழிபெயர்ப்பு மொழியாகவும் மூல மொழியாகவும் பயன்படுகின்றன.

இம் மொழிபெயர்ப்பில் பொதுவாகப் பயன்படுத்தப் படும் சமமான சொற்கள், சமமான இலக்கண அமைப்பு ஓசைச் சமன்பாடு இருக்குமாறு முடிந்தவரைச் செய்யப்பட்டிருக்கிறது. இந்நூலைப் பொருத்த வரை நடையியல் சமன்பாடு முக்கியமாக கருதப்பட்டுப் பயன் படுத்தப்பட்டுள்ளது.

இந்நூல் பல்வேறு மொழிபெயர்ப்புகளை கான்ஸ்டான்டின் பெஸ்கியின் (வீரமாமுனிவர்) காலத்தில் இருந்து பெற்றுள்ள போதிலும், திருவள்ளுவர் எத்தகைய தத்துவக்கொள்கையை முன் வைக்கிறார் என்பது குறித்துத் தெளிவான முடிவு வெளியிடப் பட்டுள்ளதா என்பது அரிதாகவே ஆய்வுக்கு எடுத்துக் கொள்ளப் பட்டுள்ளதாக அறிகிறோம்.

திருவள்ளுவர் அரும் உளவியல் புலமை மிக்கவர். 20 ஆம் நூற்றாண்டில் ஆஸ்ட்ரிய வல்லுநர்களால் உலகுக்கு அளிக்கப்பட்ட உளவியல் கருத்தான ஜெஸ்டால்ட் (Gestalt school of Psychology) பிரிவு உளவியல் கருத்து இந்நூலில் பல்வேறு இடங்களில் இடம் பெறுவதைக் காணலாம்.

சக்ரவர்த்தி இராஜகோபாலாச்சாரியார் கூறுவதைப் போல் திருவள்ளுவரின் உளவியல் அடிப்படையைப் புரிதல் மிகவும் அரியது மட்டுமன்றி, உலகச் சிந்தனையாளர்களுக்கு முன்னோடியாக விளங்கும் தன்மை பெற்றது. இந்நூலாசிரியர் மகராஜன் சரித்திரப் புகழ் மிக்க பல்வேறு தத்துவ அறிஞர்களை இந்நூலில் பல்வேறு பகுதிகளில் குறிப்பிட்டுள்ளார்.

இத்தருணத்தில்தத்துவத்துக்கும் (Philosophy) உளவியலுக்கும் (Psychology) இடையில் காணப்படும் முக்கிய வேறுபாட்டை அறிந்து கொள்வது பெரிதும் உதவியாய் இருக்கும். தத்துவம் அறிவின் இயற்கையைப் பற்றியும் மனித வாழ்வில் அதன் பயன் பற்றியும் பேசுவது. இது உலகத்தின் அல்லது மனிதனின் இருப்பிற்கான பொருளை அறிந்து வெளிப்படுத்தும் கோட்பாடு. அதே சமயம் மனித உள்ளத்தின் இயற்கையையும் அதற்குள்ள மனித வாழ்வின் தொடர்பு பற்றியும் பேசுவது உளவியல். இது மனித மனம் செயல்படுவது குறித்தும் மனத்தின் வெளிப்பாடு களான நடத்தை, குணம் ஆகியவற்றின் அடிப்படை குறித்தும் ஆராயும் அறிவியல் துறை. மனதுக்கும் அறிவுக்கும் இடையில் உள்ள தொடர்பை, வ. சுப. மாணிக்கம் தமது நூல் 'வள்ளுவம்' (பக்கம்**13**, மெய்யப்பன் பதிப்பகம், முதல் பதிப்பு **2019**), இல் கூறுகிறார்: 'ஒருவன் வாழ்க்கைச் செயலெல்லாம் மனத்தின் விளைவு. அமைச்சன் போல்வது அறிவு.'

எதையும் அதன் முழுமையிலிருந்து பிரித்துக்காண்பது அல்லது பகுதியை மட்டும் பயன்படுத்துவது சிறந்த பயனளிக்காது என்பதை அடிப்படையாகக் கொண்டது இந்த ஜெஸ்டால்ட் உளவியல் கருத்து. இக்கருத்தைத் திருக்குறளின் பல்வேறு பகுதிகளில் எடுத்துக்காட்டுகளுடன் நூலாசிரியர் தமது நூலில் விளக்குகிறார்.

திருக்குறளின் காலம் குறித்து ந.சி. கந்தையாப் பிள்ளை தமது நூலான 'நமது மொழி' யில் (பக்கம் **57** இல், **2000**, நூலாசிரியரின் முன்னுரை **1-5-46**, சைவ சித்தாந்த நூற்பதிப்புக்கழகம்) சொல்கிறார்: "இந்நூல் கிறித்துவ ஆண்டின் முற்பகுதியில் அல்லது அதற்கு சிறிது முன் செய்யப்பட்டதெனக் கருதப்படுகின்றது."

திருவள்ளுவர் காலத்தால் கிறித்துவுக்கு முந்தியவர். நூலாசிரியர் மகராஜன் எம்.இராஜமாணிக்கனாரின் கருத்தை

ஏற்று, திருவள்ளுவரைக் கி.மு. முதலாம் நூற்றாண்டுக்கும் கி.மு. மூன்றாம் நூற்றாண்டுக்கும் இடையில் வாழ்ந்தவர் என்ற முடிவுடன், வள்ளுவர் பற்றிய ஆய்வுக்கருத்துகளை வழங்குகிறார். திருக்குறள் காலத்தின் மேல் எல்லை கி.மு. 100, கீழ் எல்லை கி.பி 200 என்பதை ஏற்று தமது நூலான 'திருக்குறள் கூறும் உறுதிப் பொருள்' ஏன்ற நூலில் சோ. ந. கந்தசாமி, (பக்கம் 31, மெய்யப்பன் தமிழாய்வகம், 2002) குறிப்பிடுகிறார். மற்றும் அதே நூலில்(பக்கம் 50) இன்பம், பொருள், அறம் என்ற பகுப்பை ஏற்று முன்னதை அகத்திணையைச் சார்ந்ததாகவும் , பின்னவை இரண்டையும் புறத்திணையைச் சார்ந்தனவாகவும் விவரிக்கிறார். கா. செல்லப்பன், தமது நூலான சிலப்பதிகாரம் சங்கமங்களும் ஒப்பாய்வுகளும் எனும் நூலில் சிலம்பு குறளை வரவேற்கும் பெற்றியைப் போற்றும் வகையில் அகம் புறம் ஆகிய இரு திணைகளின் சங்கமிப்பைக் குறிப்பிடுகின்றார் (பார்க்க பக்கம் 33, வானதி பதிப்பகம்,2016). எல்லிசின் திருக்குறள் விளக்கக் கையெழுத்துப் பிரதியை ஆக்ஸ்போர்ட் பல்கலைக்கழக பாடிலியன் நூலகம், இலண்டனில் தமது களஆய்வுக்குப் பின், சீதை பதிப்பகம் 2009, குறளின் மூன்று அதிகாரங்களுக்கு எல்லிசின் விளக்கக் குறிப்புடன் உள்ள ப. மருதநாயகத்தின் நூல் ஆய்வுப் பயன் மிக்கது.

ஆல்பர்ட் சுவைட்சர் (1875-1965) ஜெர்மானியத் தத்துவ மேதை கி.பி.2000 இல் நோபல் பரிசு பெற்றவர்; தத்துவத்தில் இருத்தலியலில் (Existentialism) அதிக கவனம் செலுத்தியவர் திருக்குறளை 'உயர்ந்த ஞானம்'(Lofty wisdom) என்று விவரித்து இது போன்ற அறிவின் பிழிவு உலகில் வேறெந்த மொழி இலக்கியத்திலும் இல்லை என்று கூறி 20 ஆம் நூற்றாண்டில் திருக்குறளுக்கு அரிய புகழாரம் சூட்டினார். திருவள்ளுவர் அவருக்கு முன்னே வாழ்ந்த கிரேக்க மேதை அரிஸ்டாட்டிலால் விவரிக்கப்படாத கருத்துக்களான பணிவு அல்லது அடக்கம், அறம், அருள், மற்றும் பிறர் விளைக்கும் தீமையின் வலியை மறந்து மன்னித்தல் ஆகியவற்றை கிறித்துவம் தழுவாத நாடுகளில் உணரப்படவில்லை, பேசப்படவில்லை என்ற எண்ணத்தின் உண்மையின்மையைப் புலப்படுத்தி இத்தகைய கருத்துக்களைத் திருவள்ளுவர்போல் வலுவாக வலியுறுத்தியவர் வேறு எவரும் இல்லை என்ற கருத்தை நூலாகிரியர் ஜி.யூ.போப்புடன் சேர்ந்து உறுதிப்படுத்துகிறார்.

மற்றும் நூலாசிரியர் எஸ். மகராஜன் இந்நூலின் 'பிரபஞ்ச மனிதனின் கவிஞர்' என்ற தலைப்புள்ள கடைசி அத்தியாயமான 12 ல் ஆல்பர்ட் சுவைட்சர் அவரது நூலான 'இந்தியச் சிந்தனை மற்றும் அதன் வளர்ச்சி' என்பதிலிருந்து அரிய கருத்துக்களை மேற்கோள்களாக வழங்குகிறார். அவற்றில் சிறப்பான ஒன்று 'வாழ்வு மற்றும் உலக மறுப்பு'. வாழ்வு மறுப்போர் நிலையாமையை வலியுறுத்துவதோடு செயலற்றதன்மையை ஆதரித்துச் செயற்பாட்டை ஊக்குவிக்க மாட்டார்கள். ஆனால் உலக மறுப்பாரோ பேரின்பத்தை இந்த உலகில் அடைய முடியாது என்ற எதிர்மறை எண்ணம் உடையவர்கள்.

அது கிறித்துவின் சிந்தனையில் இடம் பெறுவது எப்படியென்றால் அவர் 'கடவுளின் இராஜ்ஜியம்' (The kingdom of heaven) இந்த இயற்கையான உலகில் பெற முடியாது என்று கருதுவதாகும். அதே சமயம் கிறித்துவுக்கு ஓரிரு நூற்றாண்டுகள் முன்னே வாழ்ந்த திருவள்ளுவர் 'வாழ்வு மற்றும் உலக மறுப்பை' ஏற்றுக்கொள்ளாமல் இயற்கை உலகில் முடியாதது ஏதுமில்லை என்ற நேர்மறைக்கருத்தைக் கொண்டிருந்தது தான்.

என். சுப்பு ரெட்டியாரின் கருத்துப்படி அரிய பண்பாட்டுக் கருத்துக்களை வெறும் அறிவுக்கூறுகளாக மட்டுமன்றி உணர்வு மிக்க கவிதையில் திருவள்ளுவர் வெளிப்படுத்தியுள்ளார். இவையெல்லாம் சுருக்கமாகச் செறிவுடன் திண்மை கூட்டும் மொழியில், உலகத்தில் செறிவுடன் கூடிய விளக்க வெளிப் பாட்டுக்கு முன்மாதிரியாக வள்ளுவரின் செறிவு உள்ளதைக் கிரேக்க மற்றும் இலத்தீன் மொழி அறிஞர்களின் சுருக்க மொழிப் பயன்பாடுகளை அறிந்தவர்கள் குறிப்பிடக் கூடும் என்பதை அறிகிறோம் (பார்க்க Collected Papers of N. Subbu Reddiyar, April 1985).

குறளுக்கு உரை விளக்கம் என்ற அத்தியாயத்தில் இரசிகமணி சிதம்பரநாத முதலியார் அளிக்கும் விளக்கம் வள்ளுவருக்கு ஈராயிரம் ஆண்டுகளுக்கு பின்னே வந்த இரசிகமணி அளிக்கும் விளக்கம் எப்படிக் காலங்காலமாக உரையாரியர்கள் வழி தவறி அலைந்து கொண்டிருந்தார்கள் என்பதை உணர்த்து கிறது அல்லது அதை நாம் இப்பொழுது அறிய உதவுகிறது.

அன்புச் செயல் அதன் எல்லையால் வரையறை செய்யப்படுவதில்லை; ஆனால் அதைப் பெறுவோரின் பண்பாட்டால் மட்டுமே வரையறை செய்யப்படுகிறது (குறள் எண் 105, அதிகாரம்: செய்ந்நன்றி அறிதல்).

அன்பு நற்குணத்தை மட்டும் ஆதரிக்கும் என்று கூறுவது அறியாமை, அது தீமையைக் கூட ஆதரிக்கும். (குறள் எண் 76, அதிகாரம்: அன்புடைமை)

கவிச்சக்ரவர்த்தி கம்பர் 9 ஆம் நூற்றாண்டில் மேற்கண்ட குறளுக்கு ஒரு விளக்கம் அளித்துள்ள போதிலும் இரசிகமணியின் மீள் விளக்கம் வந்த பின்தான் வள்ளுவரின் கருத்தை தெளிவாக உணர முடிந்துள்ளது. இது அற்புதம் மட்டுமல்ல; கூர்ந்து பார்ப்போருக்கு இது அற்புதத்தில் அற்புதம்.

இதன் பொருளை முதலில் வெளிக்கொண்டுவந்தவர் கவிச்சக்ரவர்த்தி கம்பர், உரையாசிரியர்கள் அல்லர். ஆனால் கம்பரின் அரிய விளக்கத்தை அறிந்து கொண்டோர் ஒரு சிலரே. இருப்பினும் டீகேசியின் விளக்கம் அறியாதார் இப்பொழுது காண்பதற்கு அரிது எனும் நிலை. இரசிகமணியின் விளக்கத்தைப் பலரும் அறியச் செய்தது அவரின் அன்பு நண்பர், இந்நூலாசிரியர் நீதியரசர் எஸ்.மகராஜன்.

இம்மொழிபெயர்ப்பு நூலைப் படிப்போருடைய அனுபவத்தை எளிதாக்கும் வகையில் முடிவுக்குறிப்புக்கள் மொழிபெயர்ப்பாளரால் சேர்க்கப்பட்டுள்ளன.

ந.முருகையன்
மொழிபெயர்ப்பாளர்

பொருளடக்கம்

மொழிபெயர்ப்பாளர் குறிப்பு	5
முகவுரை	13
திருவள்ளுவர் காலமும் படிப்பினைகளும்	18
மொழி பெயர்ப்புக்கள் மற்றும் மேற்கோள்கள்	27
வள்ளுவரின் ஆளுமை	34
குறள் பொருள் விளக்கம்	44
சொல் போற்றல்	48
புலன் வழி இன்ப நுகர்வு	53
குறள் வடிவமைப்புக் கொள்கைகள்	59
திருவள்ளுவரின் காட்சித் துணுக்குகளில் சில	67
தாவர உணவு உண்பார் உலக மாநாட்டில் - வள்ளுவர்	84
மனிதனின் பரிணாம வளர்ச்சிக்கு வள்ளுவரின் மூலத்திட்ட வரைவுப் படம் (Blueprint)	86
பிரபஞ்ச மனிதனின் கவிஞர்	112

இணைப்பு

தமிழ்ச் சொற்களின் ஒலிபெயர்ப்பு ஒலிபெயர்ப்புக் குறிகளுடன்	121
துணை நூற்பட்டியல்	122
முடிவுக் குறிப்புகள்	123

1 முகவுரை

வள்ளுவர் ஏறத்தாழ 2000 ஆண்டுகட்கு முன்னரே வாழ்ந்த போதிலும், அவர் இறந்துவிட்டார் என்று தோன்றவில்லை. மக்களின் கருத்துக்களில் தாக்கம் ஏற்படுத்தியும், மக்களுக்காக அவர் அமைத்து அவர்கள் முன்னே வைத்துள்ள உயர்ந்த கொள்கைகளுடன் அவர்களது நடத்தை மேலும் மேலும் ஒத்திசைவாக இருக்க வேண்டும் என்பதை வலியுறுத்தும் அவர் தமிழ் நாட்டில் சமகாலத்தில் வாழ்ந்து வருகிறார்.

தமிழ் இலக்கியத்தை உருவாக்குவதில் இவரின் பங்கு மற்ற எவரின் பங்கையும் விடச் சிறப்பானது என்பதை யாரும் மறுக்க முடியாது. அவர் தமிழகத்தின் நுண்ணறிவு மற்றும் இலக்கியவுலக அகல நிலப்பரப்பில் ஆதிக்கம் செலுத்தினார். மற்றும் அவர் காலத்துக்குப் பின் வேறெந்த மனிதனும் நீதி, ஆன்மீகம் ஆகிய துறைகளில் அவர் அடைந்த உயர்வுக்கு இணையாக வந்ததில்லை. அவர் காலத்துக்கு முன்போ அதிலிருந்தோ அவரோடு ஒப்பிடும் நிலைக்கு, ஒருவேளை, கம்பரைத் தவிர, யாரும் இருக்கவில்லை.

திருவள்ளுவர் மனித இனத்தைப் பற்றிச் சிந்திக்கையில், நிச்சயமாக, தமிழோடு மற்றமொழி பேசுபவர்களையும் அவர் கருத்தில் கொண்டார். பிளேட்டோ அல்லது அரிஸ்டாட்டில், கன்ஃபூசியஸ் அல்லது ரூசோ எந்தமொழியில் கற்பித்தனரோ அதே மொழியில் கருத்துக்களை பொறுத்தவரையும், உரிமை மற்றும் நீதி ஆகிய மனத்தால் உருவாக்கப்படும் கருத்துக்களைப் பொறுத்த வரையும் கற்பித்தார். அவர் மனித இனத்தைப் பற்றி என்ன நினைத்தார்? மனித இனத்தைப் பற்றி அவர் சிந்தனை எவ்வளவு முக்கியம்? வளமையின் உள்ளுயிர்ச்சத்து மற்றும் சமுதாய அமைப்பின் அமைதி, இன்னும் நாம் எட்டிப்பிடிக்க இயலாத ஒரு தேடலின், இன்னும் வெற்றிபெற முடியாத தேடலாக இருக்கிறது என்பதால் அது முக்கியமாகிறது. அவரின் முயற்சி சரி என்றால் அவரைத் தவிர்த்த மற்றவர்கள் அதில் தோல்வியைத் தழுவிக்கொண்டவர்கள்.

திருவள்ளுவரின் மனதின் தனிச்சிறப்பை எண்ணி, மனித வாழ்வு அவரின் கண்கள் மூலம் வருவதைக் கண்டு நன்றி உணர்வுடனும் எழுச்சியுடனும் நாம் மகிழ்கிறோம். அவர் மனிதன் என்னும் அரிய காட்சிப் பொருளான சிறப்பு மிகுந்த மனிதத்தை, அதனின் பூமி மற்றும் பிரபஞ்சச் சூழலில் அதனின் முழுமையை பகல் வெளிச்சத்தில் மறைக்கப்படாத நம்பிக்கையின் வழிப் பார்க்கிறார். அவர் தனி மனித உறவுகளில் ஏற்படும் இசைவின்மையின் காரணத்தை அறிந்துகொண்டு ஒரு விவரமான நடத்தையின் ஒழுங்குக்கான அட்டவணையை அமைத்து, தனி மனிதர்களின் உள்ளத்திலும் அதற்கு வெளியிலும் இசைவின் இருப்பை உறுதி செய்கிறார். மனித உறவின் ஒவ்வொரு பகுதியுடன் தொடர்புடைய மனித நடத்தை உணர்வு எதிர் அதிர்வுகளை மையப்படுத்தி மகன்-தந்தை, கணவன்-மனைவி, குடிமகன்-நாடு, மற்றும் ஆன்மா-கடவுள் ஆகியவற்றின் உறவுமுறைகளை விளக்குகிறார்.

திருக்குறளின் **133** அதிகாரங்கள் மற்றும் **1330** அருங்குறட்பாக்கள் ஆகியவற்றின் வடிவமைப்புக் கொள்கைகளைப் பார்வைக்குரியதாக ஆக்கி ஒருவர் முழுதுமாக அறிந்து கொள்ளும் போது, மாத்தியூ ஆர்னால்டின் கவிஞரைப் பற்றிய விவரிப்பு ‘பதவித்துறப்பு’ என்ற தலைப்புள்ள கவிதையிலிருந்து ஒருவருக்கு நினைவு கூறப்படுகிறது:-

வீட்டு வாயிற்கதவு மீது சாய்ந்து, உற்றுப்பார்க்கிறார்,
கண்ணீர்த்துளிகள் உள்ளன கண்களிலும் காதுகளிலும்
ஓராயிரம் ஆண்டுகளின் முணுமுணுப்புக்கள்,
அவருக்கு முன்னே பார்க்கிறார் வாழ்க்கை அவிழ்வதை,
ஓரமைதியான மற்றும் தொடரும் முழுமை.

வாழ்க்கை தொடர்ச்சியான முழுமையாகக் கட்டவிழ்வதைப் பார்ப்பது மட்டுமல்லாமல் ஒரு மெய்யறிவாளராக மனிதனின் பரிணாம வளர்ச்சியை எது தடைப்படுத்துகிறது என்பதைக் கண்டறிந்து தடைகளை நீக்குவதற்குரிய வழிகளையும் அறிகிறார். அவர் கண்களில் படாமல் எதுவும் போகாது, கண்கள் நகைச்சுவை மற்றும் சொல்திறம், ஏளனம், மற்றும் குறும்பு ஆகியவற்றால் மினுக்கு மினுக்கென்று ஒளிவிடுபவை. கண்கள் முறையான சினத்தால் சிவக்கின்றவை மற்றும் ஒரு குறிப்பிட்ட உயர்ந்த ஞானத்தால் ஒளிவிடுபவை, கண்கள் ஆண்களை பட படக்கவும் பெண்களை நாணம் அடையவும் செய்பவை, கண்கள் ஏழைகளின்

துயர் கண்டு வருந்தி பனிப்படலம் தரும் கண்ணீர் சேருபவை மற்றும் தீயவரைக் கொட்டுபவை.

மனித நிலையை முழுமையாகக் கண்டு அரவணைத்துக் கொள்ளும் முயற்சியோடல்லாமல், அவரது ஒளிமிக்க நுண்ணறிவைக் கவிதையின் தூய நிறைவு மூலம் வெளிப்படுத்துகிறார். அவர் தலைசிறந்த உணர்வு வெளிப்பாடுகளைச் சிலசமயங்களில் நாடகம் மூலமாகவும் மற்றும் சிலசமயங்களில் உணர்வுக்கவிதை மூலமாகவும் அடைகிறார். அவர் தமது தொழில் நுட்பத் திறனை மற்றவர் எளிதில் அறிந்து கொள்ளும் நிலையை அனுமதிக்காத தொழில்நுட்ப இயலாளர், அளவுக்கு அதிகமான தற்கட்டுப்பாடு மற்றும் நுண்ணிய கலைத்திறனை கண்ணும் கருத்துமாய் காக்கும் தன்மை, சொற்களுக்கு மீப்பொருள் புகட்டும் இயல்பு ஆகியவற்றால் ஏற்கஇயலாத சொற்சுருக்கு மேலும் குறைக்க முடியாத திண்மை ஆகியவற்றைப் பயன் படுத்தும் இயல்பினர். அவரது உரையாசிரியர்கள், ஆகவே ஒவ்வொரு சொல்லையும் பிழிந்து மற்றும் வற்புறுத்தி அதனின் கடைசித் துளிப் பொருளையும் வழங்கிடுமாறு வேண்டுகின்றனர். ஒவ்வொரு உரையாசிரியரின் வெற்றி அவருடைய தனித்திறனாய்வு வல்லமையை மூலக் குறட்பாக்களுக்கு அவர் கொண்டு வருவதைச் சார்ந்திருக்கிறது.

டாக்டர் ஆல்பர்ட் சுவைட்சர் 'இந்தியச் சிந்தனை மற்றும் அதன் வளர்ச்சி' எனும் நூலில் குறளின் மதிப்பீட்டைப் பற்றிக் கூறுகிறார், "உலக இலக்கியத்தில் குறளுக்கு இணையான இலக்கியம் இத்தகைய உயர்ந்த ஞானம் வழங்கும் முது மொழிக் கோவைகள் இருப்பது அரிதினும் அரிதே". எம்.ஏரியல், பிரஞ்சு நாட்டு நூலறிஞர், அவர் பர்னஃப்க்கு எழுதிய கடிதத்தில், ஜெர்னல் ஏசியாட்டிக் (நவம்பர்-திசம்பர், 1848, ல் வெளியிடப்பட்டுள்ளது), திருவள்ளுவரின் சிறந்த நூலைப்பற்றிப் "தமிழ் இலக்கியத்தின் தலைசிறந்த நூல், மனித சிந்தனையின் மிக உயர்ந்த மற்றும் மிகத்தூய்மையான வெளிப்பாடு" என்று சொல்கிறார்.

மறுபடியும், அவர் கூறுகிறார்:- ஆசிரியர் தன்னை, சாதிகள், மக்கள் நம்பிக்கைகளைப் பற்றிக் கருதாமல், மனித இனச் சமூகம் முழுவதையும் நோக்கி விளிக்கிற உண்மை, அவர் அரச நீதி முழுப்பகுத்தறிவு ஆகியவற்றை வகுத்தமைத்தவர் என்ற உண்மை குறளில் எல்லாவற்றுக்கும் மேலாக வியப்பளிக்கிறது!

அவற்றின் சாரத்தை, அவற்றின் அழிவில்லாக் கருத்தியலை அவர் உலகுக்கு அறிவிக்கின்றார். அறம் மற்றும் உண்மை; குடும்பம் மற்றும் ஒரு தொகுப்பாகச் சமூக வாழ்வைப்பற்றிய மிக உயர்ந்த சட்டங்கள் அவை எவ்வாறு இருந்தனவோ அவ்வாறே முன் வைக்கிறார். சிந்தனையில், மொழியில், கவிதையில், இதயத்தின் மெல்லிய உணர்வுகளின் எளிய மற்றும் நயமான பகுப்பாய்வைப் போன்று தெய்வீக இயற்கையின் பெரிய புதிர்கள் பற்றிய கடுங்கண்டிப்பான, மனத்தால் உணரத்தக்க சிந்தனையில் சம அளவு முழு நிறைவுடன் இருக்கிறார்.

இத்தாலிய நாட்டைச் சேர்ந்த சேசு சபை மதபோதகர் பெஸ்கி பாதிரியார் (திச.1472) பெரும்பாலான குறள்களை இலத்தீன் மொழியில் மொழியாக்கம் செய்தார் மற்றும் அவரது விரிவு உரையில் அவர் திருவள்ளுவரின் குறட்பாக்களை செனேக்காவின் முதுமொழிகளுடன் ஒப்பு நோக்கினார். பெருமை மிக்க ஆங்கிலேயர் டாக்டர் ஜி யூ போப் குறளை ஆங்கிலத்தில் மொழிபெயர்த்து அதை 1886 இல் வெளியிட்டார். டாக்டர் போப் குறளின் ஆங்கில மொழிபெயர்ப்பு முன்னுரையில் திருக்குறளை உரோமானியக் கவிஞர்கள், ப்ராபர்டியஸ், மார்ஷியல் ஆகியோருடனும் இலத்தீன் இரங்கற்பாவுடனும் ஒப்பிடுகிறார். இது போன்ற ஆசிரியர்களின் பத்திகளை மேற்கோள் காட்டியிருக்கிறார்.

குறளைப் பற்றிய தமது விரிவுரையில் டாக்டர் போப் அதைப் போன்ற பகுதிகளை ஹோரெஸ், அஸ்கிலிஸ், தாந்தே, ஷேக்ஸ்பியர், பிரவுனிங், வோர்ட்ஸ் வொர்த், மனு, பர்கின் மற்றும் காடுலஸ் போன்ற ஆசிரியர்களின் ஒப்புமைப் பத்திகளை மேற்கோள்காட்டி இருக்கிறார் மற்றும் ஆர்ச்பிஷப் டிரென்ச் புனித அகஸ்டின் பற்றிக் கூறியது, எதுவோ அது திருவள்ளுவருக் குச் சம அளவில் பொருந்தும் என்று சேர்த்துச் சொல்கிறார்: "அவர் ஏராளமான குறுகிய பொருள்திட்ப உரை என்று நான் அழைக்கலாம் என்றால், அந்தப் பொருள் திட்ப உரைகள், ஒருமுகப்படுத்திச் சக்திவாய்ந்த சுருக்கம், முழு உண்மையை, அவர் வெளிக்கொணர விரும்புகிற கருத்தை அளிக்கிற ஒரு சொற்றொடர், பளபளக்கும் அம்பாக, ஒரேசமயத்தில் ஊடுருவி முட்கம்பி பொருந்திய எளிதில் மனது மற்றும் நினைவில் இருந்து மறையக்கூடியதாக இல்லாமல் உள்ள நிலையில் புனித அகஸ்டின்

கருத்து இருப்பதை 19ம் நூற்றாண்டு அயர்லாந்தைச் சேர்ந்த தலைமைக் குரு ரிச்சேர்ட் செனிவிக்ஸ் டிரென்ச் குறிப்பிடுகிறார். இக்கருத்து முழுக்கமுழுக்க திருவள்ளுவருக்குப் பொருந்தும் என்று புனித டாகடர் ஜி.யூ.போப் அவரது திருக்குறள் மொழி பெயர்ப்பு(1886) விளக்கவுரையில் குறிப்பிடுகிறார்.

பெண்பாற் புலவர் ஔவையார், திருவள்ளுவரின் தங்கை அவர் கவிதை வடிப்பதைக் கண்ணுற்ற அனுபவத் துடன் ஒருபாடலில் சொல்கிறார்: "திருவள்ளுவர் அணுவைத் துளைத்து ஏழ்கடலைப் புகட்டி, அணுவை வெட்டி அதனின் குறுக்குவெட்டைக் குறளின் குறுக்குவெட்டு வடிவமாகக் காட்டுகிறார்".

சரியாகத்தான் டாக்டர் ஜி. யூ. போப் திருவள்ளுவரை பிரபஞ்சமனிதனின் கவிஞர் என்று புகழுகிறார் மற்றும் இங்கு கீழே காணப்படும் பாடல்கள் மூலம் ஜி யூ போப் திருவள்ளுவரின் பிரபஞ்சத் தன்மையையும், குரலையும் போற்றுகிறார்:-

அறிவர் வள்ளுவர், உமது தாழ்நிலை இனத்தின் குரு,
உனது பெயரை எந்நாவும் திருப்பிச் சொல்லாது
எந்தப் பேச்சும் வெளிப்படுத்தாது இருப்பினும்,
அனைத்தும் மாற்றம் உடைத்து, புகழ் மறையாது,
ஏனெனில் பிரபஞ்சமனிதனின் கவிஞன் நீ, என்பதால்.

மற்றும் இன்றும் உன்நூல் புணரி மீது வலம் வரும்,
அறம், உண்மையான செல்வம் மற்றும் இன்பம் ஆகிய
நோக்கம் அமிழ்தெனும் ஆன்மீக குறட்பாக்களில் வெளியிடும்
கடல்சார் பனங்காடுகளில் பறைசாற்றும் காற்றுத்திசைகள்
வீசுவது எங்கோ, அங்கே அங்கே!

மகிழ்வூட்டும் காணாத கனவு உனது கண்களுக்கு
மகிழ்ச்சி சேர்க்கும் உலகங்களின் பின்னால் உனது ஏழு
பிறப்புக் கதை மற்றும் இருண்ட மேகங்கள் உனது
ஆன்மாவிலிருந்து உருளும்;

உனது பாடலின் மங்கலான எதிரொலியை முன் பின்
அறிந்திராத வியப்புடன் தொலைவிலுள்ள நிலங்கள்
கேட்கையில், உடன்பிறப்பே, மனிதர்கள் உன்னை
அப்பழுக்கற்ற ஆன்மாவின் மெய்யுணர்வாளர்
என்றும் போற்றிப் புகழ்வர்.

2 திருவள்ளுவர் காலமும் படிப்பினைகளும்

திருவள்ளுவருக்குப் பரந்த நோக்கமும் பிரபஞ்சப் பார்வையும், அவருடைய ஞானம், ஊக்கம் மொழி ஆகியவற்றை அளித்த எந்த வகையானதாக தமிழ்நாடு இருக்கிறது? கி.மு.3 ஆம் நூற்றாண்டுக்கும் கி.மு. முதலாம் நூற்றாண்டுக்கும் இடையில் அவர் வாழ்ந்தார் என்று நம்புவதற்கு உரிய காரணம் இருக்கிறது. இக்கால கட்டத்தில் சேர, சோழ, பாண்டிய மரபுவழி அரசுகள் தமிழகத்தின் பலபகுதிகளை ஆண்டு வந்தனர். அவர்கள் பரந்த அனைத்துலக தொடர்புகள் கொண்டவர்களாகவும் குறிப்பாக எகிப்து, கிரீஸ் மற்றும் உரோம் ஆகியன மேற்குத்திசையிலும், பர்மா, மலேசியா மற்றும் சைனா கிழக்குத் திசையிலும், தெற்குத் திசையில் இலங்கையும் மற்றும் இமாலய அரசுகள் வடக்கு திசையிலும் இருந்தன. உரோமில் நடந்த பேரரசர் அகஸ்டஸ்சின் முடிசூட்டு விழாவுக்கு பாண்டிய அரசின் தூதுவர் பங்கேற்றுச் சிறப்பித்தார் என்ற செய்தியை ஸ்டாரபோ என்ற கிரேக்கப் புவியியல் ஆசிரியர் கி.பி.முதலாம் நூற்றாண்டில் குறிப்பிட்டுள்ளார். சிறப்புக்குரிய தொல்லியல் மற்றும் வரலாற்றுத் துறை சார்ந்த அறிஞர் ஆர் பி டிக்சன் தமிழர்கள் மலேயா, வடக்குப் போர்னியோ மற்றும் வடக்குப் பிலிப்பைன்ஸ் ஆகியவற்றுடன் பரந்த வணிகத் தொடர்புகளைக் கி. மு. முதலாம் ஆயிரம் ஆண்டுகள் காலத்தில் கொண்டிருந்ததையும், அவ்வணிகத்தொடர்பு தமிழர்களின் குடியேற்றத்திற்கும் அந்த நாடுகளை வெற்றிகொள்வதற்கும் வழிவகுத்தது என்றும் உறுதியுடன் பதிவுசெய்கிறார். பால் பெலியட்டின் கருத்துப்படி, சீன இலக்கியத்தில் தூதாண்மை உறவுகள் தென்னிந்திய கடற்கரை நகரங்களுக்கும் சீனப் பேரரசுக்கும் இடையில் கி.மு.2ஆம் நூற்றாண்டு காலத்திலேயே இருந்தது என்பதற்கு ஆதாரம் உள்ளது என்று கூறியுள்ளார். பான் கெள என்ற ஒரு சீன எழுத்தாளர் முதலாம் நூற்றாண்டில் வாழ்ந்தவர்; குவா பேரரசர் காலத்தில் சோழ அரசர் சீனாவுக்குத் தூதுவர்களை அனுப்பினார் என்று குறிப்பிடுகிறார் (பார்க்கவும் கே.எம். பணிக்கர், 'இந்தியா மற்றும் சீனா' -பக்கங்கள் 17 மற்றும் 19). கிரேக்கப் பணியாளர்கள் அரண்மணைக் காவலராகப்

பாண்டிய நாட்டுத் தலைநகரமான மதுரையில் அலுவல் புரிந்தனர். பாண்டிய நாட்டுக் கடற்கரைப் பகுதிகளில் கிடைத்த முத்துகள் உலகப் புகழ்பெற்றவை; மேற்கத்திய வணிகர்களின் கவனம் கவர்ந்தன. அவர்கள் மேற்கத்திய மதுவைப் பண்டமாற்று முறையில் கொடுத்து முத்துகள், அரிசி மற்றும் மயில்கள் ஆகியவற்றைப் பெற்றனர். கரிகால் சோழர், ஒரு சோழ அரசர், இலங்கை மீது படையெடுத்துக் கஜபாகு என்ற இளவரசனையும் 12000 சிங்களர்களையும் சிறைப்பிடித்து இவர்களை ஈடுபடுத்தி காவிரிக்குக் குறுக்கே ஒரு அணை கட்டினார். கடல்சார்ந்த வீரமும் ஆர்வமும் பற்றிய உணர்வு தமிழர்களின் பண்பு நலனாக மிளிர்ந்தது.

உள்நாட்டில், தமிழர்களின் வாழ்வு சேர, சோழ பாண்டியர் போர்கள் இடையிடையே நிகழ்ந்ததால் சிவப்பு மிகுந்து காணப் பட்டது.

சைவமும் வைணவமும் தமிழகத்தின் சொந்த சமயங்களாக இருக்கிற பொழுது, அவை கி.மு.3 ஆம் நூற்றாண்டில் தமிழகத்தின் மீது படையெடுத்த மூன்று புதிய சமயங்களின் தாக்கத்துக்கு உள்ளாயின; அவை சைனம், பௌத்தம், வைதிக பிராமணியம் ஆகியவை. அவற்றின் சமயம் சார்ந்த கொள்கை களுடன் இந்தப் புதிய சமயங்கள் மொழியியல் செல்வாக்கைத் தமிழர்களின் மீது சுமத்தின. பிராகிருதம், பாலி, சமஸ்கிருதம் ஆகியவை உள்ளேவந்தவை மற்றும் தமிழகத்தில் அந்தப் புதிய சமயங்கள் பரப்புரையைச் செய்தன. தமிழகத்தில் பட்டிமன்றங்கள் அல்லது வாதுரைக்கும் பெரிய கூட்டங்கள் எங்கும் பரவலாக நடத்தப்பட்டன. அவற்றில் உணர்வு ஆன்மீகம் மற்றும் சமயம் சார்ந்த வாதுரைகள் நிகழ்ந்தன. கிரேக்க, உரோமானிய மற்றும் எகிப்தியக் கருத்துக்கள் அத்தகைய சிறப்பு மிக்க வாது ரைக்கும் கூட்டங்களில் தமிழர்களின் கருத்துக்களுடன் கலந்தன. வேறுபட்ட சமய விற்பன்னர்கள் ஒருவர் மற்றொருவருடன் போட்டிபோட்டுக்கொண்டு அரசியல் அனுமதி மற்றும் ஆதரவு பெற மற்றும் அறிவுசார்ந்த மற்றும் ஆன்மா தொடர்புடைய கருத்துக்களின் வலிமையால் தங்களது சமயப் பிரிவுக்கு தமிழ் அரசர்களைக் கவர முயன்றுகொண்டிருந்தார்கள். ஒவ்வொரு சமயப்பிரிவின் சிறப்பான போதகர்கள் இயற்கை கடந்த தெய்வீக சக்திகள் பெற்று வியாதிகளைப் போக்கும் திறன் பெற்றவர்கள் என்றும், சாபங்களைப் போக்குபவர்கள் என்றும் இம்மையிலும்

மறுமையிலும் அவர்தம் சமயப் பிரிவைப் பின்பற்றுபவர்களுக்கு ஆனந்தம் அளிக்க வல்லவர்கள் என்றும் கூறி வந்தனர். கடுமையான எளிய நடைமுறைகளைப் பின்பற்றுவது, சுய சௌகரியத்தைப் பலியாக்குவது, உலக உண்மைகளைத் தாங்கள் மறுப்பது ஆகியன இங்கு ஆதிக்கம் நிலைநாட்ட விரும்பும் சமயங்களின் பழக்கமாயின. வேதகால ஆரியர்கள் வாழ்வு மறுத்ததோடு மட்டுமல்லாமல், சாதி முறையைப் போதித்தார்கள் மற்றும் மாறுபட்ட நெறிகளை மாறுபட்ட வகுப்பினர்களுக்கு உரியதாக்கினார்கள். குற்றத்துக்கு தண்டனை வழங்கும் முறையிலும் கூட, வேறுபாடு நிறைந்ததாக இருந்தது, எடுத்துக்காட்டாக, கொலைக் குற்றத்துக்கு இறப்பைச் சூத்திரர்களுக்கும் இருமுறை பிறந்தவர்களுக்கு நாடுகடத்தலையும் வலியுறுத்தினர். ஆதிக்கம் செலுத்த வந்துள்ள சமயங்கள் உலக இருப்பைதுன்பம் தோய்ந்ததாகப் பார்த்தனர் மற்றும் உலகவாழ்வை வெறுக்கும் மனப்பான்மையை வளர்த்தனர் மற்றும் அதனுடைய செயற்பாடுகள் அந்த அடிப்படையில் உருவாவது மாயை என்றும் உலக இருப்பே துன்பம் மிக்கது என்றும் கூறின. தமிழர்கள் 3 ஆம் நூற்றாண்டுக்கு முன்னரே முழுக்க முழுக்க தங்களுக்கான மதிப்பு அமைப்பை ஏற்படுத்தி இருந்தனர். அது முழுக்க முழுக்க உறுதியான சமநீதிக்கொள்கையை அடிப்படையாகக் கொண்டது, நீதி சார்ந்த மனநிலை மற்றும் ஆல்பர்ட் சுவைட்சர் வாழ்வு மற்றும் உலகம் ஆகியவற்றை மறுக்காமல் உறுதிப்படுத்தும் தன்மை. அதாவது மனிதன் சக மனிதர்கள், சமுதாயம், நாடு, மனித இனம் மற்றும் அனைத்து உயிர்களையும் மிக்க அன்புடன் பேணும் மற்றும் உலகம் மற்றும் வாழ்வு மறுக்கும் நிலை உலகில் எங்கும் வளர்க்கப்படவில்லை மற்றும் பூமியின்வழியாகமனிதனின்பயணம் அவனது பங்கு அதில் அவன் கடமை அல்லது மாயை நிறைந்த யாத்திரை காலப் பூமியில் இருந்து அவர்தம் வீடான முடிவில்லாக் காலம் வரை. சுய அமைப்பு மதிப்புக்கள் அழிக்கப்படும் அல்லது ஒழிக்கப்படும் நிலை. இடையிடையில் தமிழகத்தில் ஏற்பட்ட அமைதி, அதைப்பற்றிய ஆழ்ந்த போராட்டச் சூழலை வளர்த்தது.

உள்ளும் புறமும், தமிழ் நாட்டில் பெரிய போராட்டச் சூழல் மிகுந்த காலம் அது; அக்கால முனைப்பான தமிழன் உணர்வுப் பெட்டகமாக ஒன்றுக்கொன்று முரண்பட்ட கருத்துக்கள் கோட்பாடுகள் ஆகியவற்றை அறிந்துகொள்ளும் நிலையில் இருந்தான்; அவன் செயல், பேச்சு ஆகியவற்றில் வன்முறை வழிவிடும் போது எல்லையற்ற ஆசை உடையவனாயும்,

திறன்கள் பல வளர்த்துக்கொள்வதில் முனைப்புடையவனாகவும் இருந்தான்.

சமயம் மற்றும் தத்துவம் சார்ந்த, பேச்சாளர்கள் தமிழ்நாட்டில் பூசல்கள் வளர்ந்துவரும் நேரத்தில் அவர்கள் வெற்றிகரமாத் தமது நாவன்மையை வளர்க்கும் வழிகளைத் தயங்காது பின்பற்றினார்கள். கேள்வியின் ஒரு பகுதியை உணர்வுடன் வெளிக்கொண்டு வரும் பேச்சு வளமையைப் பெற்று இருந்ததால், சிலசமயங்களில் உண்மையை மறைத்து மற்றும் பொய்மையை முன்னெடுத்துச் செல்லும் நிலையில். பகட்டு ஆரவாரம் தலைதூக்கி தமிழ்நாட்டின் துய்மையான காற்றை அவர்களுக்கே உரித்தான தவறுகளுடன் மற்றும் தீங்கு விளைக்கும் சமூக மூடக்கொள்கையை முன்வைத்துக் குழப்பினார்கள். பாலி, சமஸ்கிருதம் ஆகிய மொழிகள் மக்கள் மொழியான தமிழைவிட முன்னுரிமை பெறப் போராடிக் கொண்டிருந்தன. உண்மையில் பாலி பாண்டிய அரசின் ஆட்சிமொழியாக வந்துவிட்ட நிலையில் இருந்தது. தமிழ் ஆர்வலர்கள், நம்புவதற்கு ஏற்றதாக, பாண்டிய நாட்டில் தமிழின் ஆட்சிமொழித் தகுதியை மீளக்கொண்டுவருவதற்கு போராடப் பட்டது. தீமைகள், கொடுமைகள், வன்முறை ஆகியவை முரண்பாட்டுக்காலத்தின் பக்க விளைவுகளாக இருந்திருக்க வேண்டும்.

அளவுக்கு அதிகமான சமய சித்தாந்த விவாதங்கள் மனிதனை மூடநம்பிக்கையில் இருந்து பல்வேறு சமயப்பிரிவுகளில் இருந்து ஆன்மிகத்தின் சாரமான பகுத்தறிவுக்கு அழைத்துச் சென்றன. மூன்றாவது தமிழ்ச்சங்கம் ஒரு இலக்கிய அமைப்பு, 49 உறுப்பினர்களைக் கொண்டது அது பாண்டிய மன்னனின் தலைநகரமான மதுரையில் கூடியது, மற்றும் இது 48 உறுப்பினர்களைக் கொண்ட பிரெஞ்சு அகாதமி போன்று, தமிழ் மொழியின் பாதுகாப்பை உறுதி செய்தது, அதன் வளர்ச்சிக்கு வழிகாட்டியாக விளங்கியது, அதன் நூல்கள் வழியே தமிழர்களின் சிந்தனை சீர்திருத்தங்களைச் செயலாக்கம் பெறச்செய்தது. இந்த அகாதமி தமிழ் உலகம் முழுவதும் சீரிய செல்வாக்கை அனுபவித்தது. இதனின் அனுமதி அல்லது இலச்சினை பெறாத எந்த இலக்கிய வெளியீடும் மக்கள் மத்தியில் வரவேற்பைப் பெறாது.

வள்ளுவரின் குறளுக்கு முன்பு ஒரு அகன்ற சங்கச் செய்யுட் தொகுதி இருந்தது. அது தொல்காப்பியம் - உலகறிந்த தமிழ் இலக்கணம், கி.பி 2 ஆம் நூற்றாண்டுக்கு முன் இயற்றப் பட்டது மற்றும் அகத்தியம் எனப்படும் தமிழ் இலக்கணம் அதற்கு முன்பே எழுதப்பட்டது. இந்த முளை மற்றும் கரு தமிழகத்தைப் பெரிதாக்கிய திருவள்ளுவரை உருவாக்கியவை. திருவள்ளுவர் என்ன செய்தார் என்றால், தமிழர்களின் மதிப்பு-அமைப்பை (value system) பாதுகாத்து, வரையறுத்து மற்றும் அதன் பரப்பை அகலப்படுத்தி, பௌத்தம், சமணம் மற்றும் வேதகால ஆரியம் அகியவற்றின் தலைசிறந்த கருத்துக்களை உள்வாங்கி வலுப்படுத் தினார். வள்ளுவர் கொள்கை முரண்பாட்டுக்கு இடையே வாழ்ந்தவர், அவரது நுண்ணறிவின் தலைமையை அவர் காலத்தைய முரண்பாடுகளின் சிறுமையிலிருந்து எல்லா சமயப்பிரிவுகளையும் ஒன்றிணைக்கும் மற்றும் ஒரேதளமாக்கும் இயல்புகளை உணர்ந்து மேலெழுந்தார். அவர் முழுமையின் வெளிச்சத்தில் பகுதியைப் பார்க்கும் ஞானத்தைப் பெற்றிருந்தார் மற்றும் நுண்ணோக்கு மற்றும் கடினப் பொருளையும் அறிகின்ற திறன் இயல்பாக தேவையற்றதை விடுத்து இன்றியமையாததை எடுத்துக்கொள்ளும் பண்பு, கால ஓட்டத்தில் இருந்து முடிவில்லாக் காலத்தையும் மற்றும் பகுதியிலிருந்து முழுமையை அறியும் ஞானத்தையும் அடைந்திருந்தார். அவர் கால மிக அதிக பழமையான பழக்கத்தையும் கவிதையில் அதுவரை கண்டிராத ஒப்புவமையற்ற வலிமையுடன் தாக்கினார். அவர் உலகுக்கு அறிவிக்கும் வீரத்தைப் பெற்றிருந்தார்:-

பிறப்பு அனைத்து உயிர்க்கும் ஒரு தன்மை
உடைத்து
அவரின் செயலில் உள்ள வேறுபாடுகளால்
அவரின் மதிப்பு ஒன்றாக இல்லாதிருக்கு (972)

அவர் உண்மையிலே வாழ்வை மறுக்காத மாபெரும் உணர்வால் ஊக்கப்படுத்தப்பட்டார். வாழ்வை உறுதிப்படுத்தும் அவர் கொள்கைக்கு ஆதரவாக, அவர் உலகம் உண்மை என்று வாதிட்டார், ஏனெனில் முடிவில்லா மெய்ம்மைகளைப் போன்ற இரக்கம் உலக வாழ்வின்பிரிக்க முடியாத பகுதி.

திருவள்ளுவரின் நூல் முழுவதிலும் இரக்கம், செறிவார்ந்த அன்பு, அருள் கதிரவனான மனிதாபிமான ஒளிவீசுகிறது. வள்ளுவர் சொல்கிறார்:-

அன்பிலாதார் தம் உடமைகள் அனைத்தும்
தமக்கே என்றுணர்வர்; அன்புடையார்
மற்றவர்க்கு உரித்தாவார்-அவர் எலும்பு மற்றும்
எல்லாம் *(72)*

இது தலைசிறந்த அன்புச் சுய தியாகம் மற்றும் மீட்பு இயற்கை கொண்டது. வள்ளுவர் மேலும் கேட்க முனைகிறார்:-

உடலின் வெளியில் உள்ள உறுப்பால்
பலன் என்ன?
அன்பு அற்ற உள்ளுறுப்பு உள்ளவர்க்கு. *(79)*

வள்ளுவர் அவரின் நூல் முழுமையிலும் முனைப்பான கருத்தாகக் காணப்படுவது அன்பு, உயிரின் மிக உயர்ந்த வெளிப்பாடு மற்றும் வாழ்க்கையை அன்புவழி நடத்துதல் மனிதனுக்கு அமைந்துள்ள தலையாய பண்பு. உண்மையில் கீழ்க்கண்ட குறளில் இந்த உண்மையை வலியுறுத்துகிறார்:-

உடம்பில் உயிர் இருக்கிறது என்பது
அன்பு வழி உணர்த்தப்படுகிறது;
மற்றும் அன்பில்லா மக்கள்
தோல் மூடிய எலும்புக்கூடு *(80)*

வள்ளுவர் பார்வையில் அன்புச்செயல் தன்னியல்பால் விளைவது மற்றும் எதிர்கால வாழ்க்கை எந்த சரியீடும் எதிர்பார்ப்பும் இல்லாதது. அவர் கருத்துப்படி ஒரு அன்புச் செயல் தற்போதைக்கு அது கொடுக்கிற மகிழ்ச்சியால் மதிப்படப்படுவது. அவர் சொல்கிறார்:-

யாசிப்பது தீமை
அப்பொருள் கொண்டு உதவுவது அறமாயினும் கூட;
ஆனால் கொடுப்பது நல்லதே, அப்படி ஈவதால்
வருங்கால சொர்க்க ஆனந்தம் தடைப்படினும் *(222)*

தன்னியல்பு அன்பு மேலும் விளக்கப்படுகிறது கீழ்க்கண்ட குறளில்:-

மேகங்களுக்கு பூமி எவ்வகையில் ஈடுகட்டக்கூடும்?
அவை, மீளப்பெறும் எண்ணம் சிறிதுமின்றி,
கருணையைப் பொழிகின்றன பூமிமீது! *(211)*

வள்ளுவர் ஒவ்வொரு சமயத்திலிருந்தும் அதில் உள்ள மிகச்சிறப்பான பண்புகளைத்தொகுத்து அதில் இருந்து முழுமையான கொள்கைகளைத் தேர்வு செய்து அது எப்படி தமிழர்களின் ஆன்மீக மற்றும் ஒழுக்க நூல் சிந்தனையுடன் பொருந்தும்

என்பதைக் கண்டறிந்து ஒருதொகுப்பை உருவாக்கினார், இத் தொகுப்பை ஒரு கைதேர்ந்த வேலைப்பாடாக எந்த ஒரு சமயத்தின் ஒட்டுமொத்த கருத்துடன் வெளிப்படை முரண்பாடு இல்லாத வகையில் இணைத்தார். இதன் விளைவாக பல்வேறு சமயங்களைப் பின்பற்றுவோர் ஒவ்வொருவரும் திருவள்ளுவரின் சொந்த சமயத்தைப் பின்பற்றுபவர் என்று உரிமை கொண்டாடும் நிலை உருவாக்கப்பட்டிருக்கிறது.

இப்படிப் போட்டியுடன் பல்வேறு உரிமைகோருபவர்களில் கிறித்துவ ஆய்வாளர்களின் உரிமை மிகப்பழமையுடன் விந்தையூட்டுவதாகவும் தோன்றுகிறது. அதாவது இரக்கம், அன்பு, தம்முடன் வாழ்வோருக்கு உதவும் குணங்கள் ஆகியவை கிறித்துவுக்கு முந்திய சிந்தனையாளர்களால் போதிக்கப்படவில்லை என்ற ஒரு தவறான எண்ணம் இத்தகைய உரிமை கோரலுக்கு வழிவகுத்தது. ஸ்டீபன் நெயில், தனிச் சிறப்பு மிக்க ஆங்கில இறைமையியல் வல்லுநர் கிறித்துவர்களின் உரிமைகோரலுக்குக் கீழ்க்காணும் சொற்களில் முடிவு கொடுக்கிறார்: இருந்த போதிலும் டாக்டர் போப்பின் இந்தத் தமிழ் ஆசிரியர் குறித்த உற்சாகம் அவரை அழைத்துச் சென்றுள்ளது, பழமையான விந்தையான கிறித்துவச் செல்வாக்குக்கு இப்பெருநூலில் ஊகக் குறிப்புக்கு இடம் உள்ளது.

திருவள்ளுவர், சிந்தனைச் செறிவுக் கவிஞர் அவருடைய ஒரு சிறப்பான எண்ணம் அறிவை ஒவ்வொரு மூலத்திலிருந்தும் திரட்டுதல் என 'நாம் கற்பனை செய்வதில் முற்றிலும் உறுதியளிக்கப்படுகிறோம். கடற்கரை வழியாக கிறித்துவ ஆசிரியர்களுடன் கடந்து செல்கையில் கிறித்துவ எண்ணங்களை உள்வாங்கிக்கொண்டு, அலெக்ஸ்ஸான்றியா குழுமத்தின் சிறப்புக் கூறுகள் சிறிதளவு கலந்த அவைகளை தமது சொந்த வியத்தகு நூலான குறளுக்குள் கொண்டு வருவதை நாம் அழகாகப் படமாக்கலாம்' என்று நான் சொல்கிறேன் என்று ஜி. யூ. போப்: புனித குறள், **1886**, III. (பார்க்கவும்).

ஆழ்ந்தடங்கிய புலமை.... நான் கருதுகிறேன்
என்பதை நான் ஒப்புக் கொள்ள வேண்டும்

இந்து மற்றும் கிறித்துவ (**1974**) பக்தி-ஸ்டிபன் நெயில்-பக்கங்கள் **43** மற்றும் **44**). இம்முடிவை மேலும் உறுதிப்படுத்தும் மற்றொரு காரணம் வள்ளுவர் கிறித்துவுக்கு முன் வாழ்ந்தவர். சில

வழி முறைகளில் அவர் கிறித்துவின் வருகையை எதிர் நோக்கி இருந்தார் என்பது மட்டுமன்று, அவரின் போதனைகளுக்கு அப்பாலும் சென்றுள்ளார் என்பதும் பின்னர் விளக்கப்படும்.

வள்ளுவர் காலம்

வள்ளுவர் காலத்தை எந்த வகையிலாவது துல்லியமாக உறுதிப்படுத்துவது கடினம். தமிழ் ஆய்வாளர்கள் மத்தியில், திருவள்ளுவரின் காலம் என்ற கருத்து வேறுபட்ட முரண்பட்ட கற்பனைகளால் ஆனது. ஆனால் இலக்கிய மற்றும் வரலாற்று ஆதாரம் உள்ளடக்கிய சில உண்டு, முடிவானவையல்ல ஆனால் ஓரளவுக்குத் தெரியப்படுத்துபவை. சங்க காலத்தைச் சார்ந்த நன்கு அறியப்பட்ட சிலப்பதிகாரம் மற்றும் மணிமேகலை என்பன இரு பெருங்காப்பியங்கள். இளங்கோ அடிகள், சிலப்பதிகார ஆசிரியர் மற்றும் சாத்தனார், மணிமேகலையின் ஆசிரியர் இருவரும் ஒரேகாலத்தில் வாழ்ந்தவர்கள்; இதை உறுதி செய்யும் உள் ஆதாரங்கள் இந்த இருகாப்பியங்களிலும் உள்ளன. சாத்தனார் கருத்துப்படி, சேர மன்னன் செங்குட்டுவன், சிலப்பதிகாரத்தின் பாட்டுடைத்தலைவி கண்ணகிக்காக, ஒரு கோவிலைக் கட்டினான். சிலப்பதிகாரத்தின் மூன்றாவது காண்டத்தில் கஜபாகு, இலங்கை அரசன், தனிப்பட்ட முறையில் கண்ணகியைச் சேரன் செங்குட்டுவனுடன் சேர்ந்து வழிபட்டான் என்று சொல்லப்படுகிறது. எழும் கேள்வி என்னவென்றால் எப்பொழுது கஜபாகு வாழ்ந்தான்? இலங்கை வரலாறு (தொகுதி ஐ, பகுதி 1, பக்கங்கள் 183-185) படி கஜபாகு என்ற பெயரில் இருவர் உள்ளனர்; அதில் ஒருவர் இலங்கையை கி.பி.114-136 வரை ஆட்சி செய்தார் என்றும் மற்றவர் இலங்கையை கி.பி.12 ஆம் நூற்றாண்டில் ஆட்சி செய்தார் என்றும் அறிகிறோம். பெரும்பாலான தமிழ் அறிஞர்கள் மணிமேகலையும் சிலப்பதிகாரமும் கி.பி. இரண்டாம் நூற்றாண்டில் எழுதப் பட்டனவென்று ஏற்றுக்கொள்கின்றனர். மற்றும் கண்ணகி கோவிலில் கி.பி.2ஆம் நூற்றாண்டில் வழிபட்ட கஜபாகு. மணிமேகலையில், திருக்குறள் வணக்கத்துடன் மேற்கோளுடன் புகழப்படுகிறது மற்றும் திருக்குறளின் ஆசிரியர் பொய்யில் புலவன் (உண்மையற்ற எதற்கும் இடம்கொடுக்காத புலவர்). சிலப்பதிகாரத்தில் கூட சில குறட்பாக்கள் அன்பு கலந்த வியப்புடன் மேற்கோளாக காட்டப்பட்டு மக்கள் மதிப்பைப் பெறுகின்றன. கி.பி இரண்டாம் நூற்றாண்டைச் சேர்ந்த சில சங்க

நூல்கள் திருவள்ளுவரை தெய்வீகப் புலவர் என்று குறிக்கின்றன. இந்த ஆதாரங்கள் திருவள்ளுவர் 2 ஆம் நூற்றாண்டுக்கு முன் வாழ்ந்திருக்க வேண்டும் என்பதை உறுதிப்படுத்துகின்றன. அந்தக்காலங்களில் தகவல் பரவவிடுதல் மிகவும் தாமதமாக இருந்தது என்பது தவிர்க்க முடியாதது. ஆகவே வள்ளுவர் பற்றிய சிறப்புச் செய்திகள் சாத்தனாரைச் சென்றடைந்து அவர் வள்ளுவரைத் 'தெய்வீகப் புலவர்' என்றழைக்க ஒன்று அல்லது இரண்டு நூற்றாண்டுகள் ஆகியிருக்கலாம் என்று நம்புவது தவறாக இருக்கமுடியாது. டாக்டர் எம். இராஜமாணிக்கனார் கருத்துப்படி திருவள்ளுவர் கி.மு. மூன்றாம் நூற்றாண்டுக்கும் மற்றும் கி.மு. ஒன்றாம் நூற்றாண்டுக்கும் இடைப்பட்ட காலத்தில் வாழ்ந்திருக்க வேண்டும் என்று கூறுகிறார் (பார்க்கவும் அவருடைய 'தமிழ் மொழி மற்றும் இலக்கிய வரலாறு', பக்கம் 123). அவருடைய பாதுகாப்பான மற்றும் எதையும் விட்டுவிடாத மதிப்பீடு ஏற்றுக்கொள்ளப்படலாம்.

...

குறள் பாக்களின் ஆங்கில மொழிபெயர்ப்பு மற்றும் மேற்கோளாக உள்ள மற்றைய தமிழ் கவிதைகள் எல்லாம் நூலாசிரியரின் ஆங்கில மொழிபெயர்ப்பாகும்

...

இந்நூலில் நூலாசிரியரின் ஆங்கிலக் கவிதை அடிகள் மற்றும் நூலாசிரியரின் ஆங்கில மேற்கோள் கவிதைகள் அனைத்தும் இம்மொழிபெயர்ப்பாளரால் தமிழில் மொழிபெயர்க்கப் பட்டுள்ளன. இத்தமிழ்மொழிபெயர்ப்புநூலில் காணப்படும் முடிவுக் குறிப்புகள் மொழிபெயர்ப்பாளருடையவை.

...

3 மொழி பெயர்ப்புக்கள் மற்றும் மேற்கோள்கள்

திருவள்ளுவருடைய நூல் திருக்குறள் மிக அதிகமாக மொழிபெயர்க்கப்பட்டுள்ளதாகவும் பெரும்பாலும் பலரால் மேற்கோள்களாக காட்டப்பட்டுள்ளதாகவும் உள்ளது. மற்றும் தமிழ் இலக்கிய நூல்களில் மிக மிக அதிகமாக மேற்கோளாக காட்டப்படும் தகுதி பெற்றுள்ள நூலும் இதுவேயாகும்.

இதயத்தை அள்ளிக்கொள்ளும் திறன்மிக்க ஒரு குறட்பா டாக்டர் கிரவெளல், என்ற ஒரு ஜெர்மானிய அறிஞருக்கு, ஆங்கிலத்தில் விளக்கப்பட்டது; அதன் இனிய தாக்கம் அவர்தம் உள்ளத்தைக் கொள்ளை கொண்டு அவர் தமிழ்மொழியைக் கற்று, அக்குறட்பாவை மூலமொழியில் படித்துச் சுவைத்த தோடு மட்டுமல்லாமல் **1854** இல் ஜெர்மன் மொழியில் அதை மொழிபெயர்த்ததோடு மன அமைதி அடையாமல் **1856** இல் இலத்தீன் மொழியிலும் அதை மொழிபெயர்த்தார். கீழே கொடு க்கப் பட்டுள்ளது அந்த ஜெர்மானிய அறிஞரின் உள்ளத்தை ஈர்த்த, குறட்பா **1091** இன் ஆங்கில மொழிபெயர்ப்பு, பெயர்ப்பில் அது எனக்கு முழுமன நிறைவை அளிக்கத் தவறியதாக இருந்தாலும் அந்த ஜெர்மானிய அறிஞருக்குக் கிளர்ச்சி அளிக்கத் தவறவில்லை:-

இருவகைப் பார்வைகள் இவளின்
உள்வாங்கும் கண்களில் உள்ளன -
ஒன்று உனக்கு நோய் தருவது
மற்றது உன் நோய் தீர்ப்பது.

திருக்குறளின் கனிசமான பகுதியை மொழிபெயர்த்து விட்டு டாக்டர் கிரௌல் அறிவித்தார், "எந்த மொழிபெயர்ப்பும் அதனுடைய வனப்பு விளைவு பற்றி ஏனோதானோ - என்று ஏதோ கருத்தைக் கூற முடியாது. அது உண்மையில் வெள்ளிப் பின்னலிடை உள்ள தங்க ஆப்பிள்".

ஏறக்குறைய கி.பி.**1730** இல் குறள் பகுதிகள் **1** மற்றும் **2** இலத்தீன் மொழியில் பாதிரியார் பெஸ்கி, ஐரோப்பிய தமிழ் அறிஞர்களுள் தலையாயவரால், மொழிபெயர்க்கப் பட்டன. பாதிரியார் பெஸ்கி தமிழ் நாட்டுக்குக் கவர்ச்சியற்ற மதபோதகராக வந்தார் மற்றும் புறமதத்தைச் சேர்ந்தவர்கள்

அனைவரும் நரகத்துக்குச் செல்பவர்கள் என்ற அசைக்க முடியாத நம்பிக்கை கொண்டிருந்தார். குறளை மொழிபெயர்த்ததற்குப் பின்னர் மற்றும் திருவள்ளுவரின் உயர்ந்த மற்றும் உயர்வூட்டும் கருத்துக்களால் தாம் ஈர்க்கப்பட்டதற்குப் பின்னர், மதபோதகர் பெஸ்கி தனது கருத்தை ஓரளவுக்கு மாற்றி அமைத்துக்கொள்ளும் அவசியத்தை உணர்ந்து, இந்த அரிய முதுமொழிகளை உலகுக்கு அளித்த திருவள்ளுவருடைய மொழி நரகத்து போகும் நிலைக்கு ஒருகாலும் வந்திருக்காது என்றும், இருந்தபோதிலும் புறமதத்தைச் சேர்ந்த அவர் உறுதியாக அங்கே போயிருக்க வேண்டும் என்றும் மாற்றிக் கொண்டார்.

எம். ஏரியல், ஒரு பிரெஞ்சு நூலாசிரியர், **1848** இல் குறளின் சில பகுதிகளைப் பிரஞ்சு மொழியில் மொழியாக்கம் செய்தார். அவர் அதற்கு முன் பெயர் அறியப்படாத ஒருவரால் **1730** இல் மொழிபெயர்க்கப்பட்டதைக் குறிப்பிட்டு அதைப் பிரெஞ்சு தேசிய நூலகத்தில் இருக்கும்படியும் செய்துள்ளார்.

ஐரோப்பிய மொழிகளில் குறள் மொழிபெயர்ப்பு வெகுதூரம் போய் ஐரோப்பியச் சிந்தனையாளர்கள், சிறப்பாக மதபோதகர்கள், ஆகியோரின் இந்தியாவின் இயற்கை மற்றும் நாகரிகம் பற்றிய தவறான கருத்துக்களை மாற்ற உதவியுள்ளது. புனித டாக்டர் ஜெ. லாசரஸ், அவரும் ஒருமதபோதகர், உலகுக்கு அறிவித்தார், குறளை யாரும் செம்மையாக்க முடியாதது மட்டுமல்ல அதனின் திட்டத்தை யாரும் மேலும் ஒழுங்காக்க முடியாது. அது பலமணிவண்ண நிறைவான ஓவியக்கல் போன்றது. அதனின் பருமனில், உருவத்தில் அல்லது நிறத்தில் செய்யப்படும் சிறிய மாற்றம் முழுமையில் அதன் அழகை பாழாக்கிவிடும். இத்தகு நூலாசிரியர் மற்றும் நூலை உருவாக்கிய நாடு நம்பிக்கையற்ற அருவருக்கத்தக்க இனமாக இருக்க முடியாது என்று சிந்திப்பது புத்துயிர் ஊட்டுவதாய் உள்ளது. இப்பூமி முக்கியமாக நீதி நிலமாக இல்லையென்றால் அவர் கற்பித்த நீதி இந்த அளவுக்கு வளர்ந்திருக்காது. புனித ஜெ லாசரஸ் ஒரு பாதுகாப்பாக தமது பணியை பகிர்ந்து கொள்ளும் மத போதகர்களுக்கு மேலும் சொன்னார்: "தமிழ் இனமக்களை ஒன்றுபடுத்த விரும்பி உழைப்போருக்கு, திருக்குறள் ஒரு சிறப்பான, முனைப்பான, செல்வாக்கு மிகுந்த நூல்".

ஐரோப்பிய கிறித்துவ மதபோதகர்களிடம் பணிவு, அறம் அல்லது தருமம் மற்றும் தீங்கு செய்வோரை மன்னித்தல் ஆகிய பண்புகள் கிறித்துவம் சாராத நாடுகளால் கற்பிக்கப்படவில்லை என்ற எண்ணம் இருந்தது. புனித டாக்டர் ஜி.யூ.போப், குறளை **1886** இல் மொழிபெயர்த்தவர், இந்தத் தவறான எண்ணத்தைத் தூள் தூள் ஆக்கியவர் குறிப்பிட்டார்: "கிராண்ட் சொல்கிறார் பணிவு, அறம் அல்லது தருமம், தீங்குகளை மன்னித்தல் ஆகியன அரிஸ்டாட்டிலால் விவரிக்கப்படவில்லை. இப்பொழுது இந்த மூன்றும் தமிழ் ஒழுக்க நூலாசிரியர் திருவள்ளுவரால் மிகவும் வலுவாக எல்லா இடங்களிலும் வலியுறுத்தப்படுகின்றன. குறள் பெற்றிருக்கும் புகழுக்குக் காரணம் அதனுடைய நேர்த்தியான கவிதை அமைப்பு. இவ்வமைப்பு தரும் அவசியமான சுருக்கம், முக்கிய தமிழ் வாக்கியங்கள் அவரைத் "தமிழ் வாக்கியங்களின் தலைமைப்பீடமாக்குகின்றன". அவைகள் மிகவும் தேடி எடுக்கப் பட்ட ஒழுக்க நெறி பொருள்திட்ப சொற்றொடர்கள். அவற்றின் கிரேக்க நாட்டு பொருள் செறி தொடருடனான தோற்ற ஒற்றுமை எந்த தலைப்பைப் பற்றிப் பேசுகின்றன மற்றும் அவை சொல்லப்பட்டப் போது இருந்த சமூக நிலை ஆகியவற்றில் காணப்படும் ஒற்றுமை முதலியன போல உள்ளன. இதே போன்ற வகை கிரேக்கச் செறிவு பொருள் தொடர்களுடன் மார்ஷியலிலும் மற்றும் இலத்தீன் கையறு நிலைச் செய்யுள்களிலும் காணப்படுகின்றன. குறள் கவிதைகளில் காணப்படும் தமிழ் அமைப்புகளின் திரும்ப திரும்ப நடக்கிற தன்மை வாசிப்பவரைக் கிரேக்க புரப்பீஷியஸ்ஸின் இன்பம் தோய்ந்த முயற்சிகளை நினைவு கூர்கின்றன".

புனித பெர்சிவல், புலனுணர்வு ஆங்கில ஆய்வாளர், பறைசாற்றினார்: "மனித மொழி வழக்கில் உள்ள எந்த மொழியிலும் இதைப் போன்ற செறிவு சுருக்கம் நிறைந்த வாக்கிய முதுமொழிகள் மூலம் அவர் சொல்லுகிற ஞானம் நிறைந்த பாடங்களை உறுதியாகச் சொல்லக் காணோம்".

தமிழ் நூல்களில் அதிகம் மொழிபெயர்க்கப்பட்ட நூலாகத் திருக்குறள் இருப்பதில் வியப்பு ஒன்றும் இல்லை. இலத்தீன், ஜெர்மன், பிரெஞ்ச், டச், பின்னிஷ், போலிஷ், இரஷியன், சீனம், பிஜி, மலே, மற்றும் பர்மியம் மற்றும் சமஸ்கிருதம், உர்து, மராத்தி, வங்காளம், இந்தி, மற்றும் மலையாளம் போன்ற இந்திய

மொழிகளிலும் மொழிபெயர்க்கப்பட்டுள்ளது. 82 வெளிநாட்டு மொழிகளிலும் திருக்குறள் மொழிபெயர்க்கப்புகள் உள்ளன.

வள்ளுவருடைய கருத்துக்கள் தமிழர்களுடைய நுண்ணறிவுக் காட்சித் திரையில் இரண்டாயிரம் ஆண்டுகளுக்கு மேல் ஆதிக்கம் செலுத்தின. தமிழ் மக்கள் திருக்குறளைத் தமிழ் வேதமாகவே பார்க்கிறார்கள். திருவள்ளுவமாலை திருவள்ளுவர் புகழ்பாடும் செய்யுள் தொகுதியாக, சில அவர் காலத்தில் வாழ்ந்தோராலும் மற்றும் அவருக்குப் பல ஆண்டுகள் பின்னே வாழ்ந்தோராலும் எழுதப்பட்ட கவிதைகளைக் கொண்டவை. கபிலர், திருவள்ளுவரின் சம காலத்தில் வாழ்ந்தவர் என்று கருதப்படுபவர், கீழ்க்கண்டவாறு பாடுகிறார்:

ஒரு சிறிய தண்ணீர்த்துளி
தினை அரிசியை விடச் சிறியது,
பிரதிபலிக்கிறது உயர்ந்த கம்பீரமான பனையை;
சமஅளவுக்குப் பெரியது சிறிய குறளுடைய
பிரதிபலிக்கும் தன்மை.

பாவாணர், மற்றொரு கவிஞர் சொன்னார்:

விஷ்ணு வந்தார் குள்ள உருவத்தில்,
மற்றும் உயர்ந்து கொண்டு மிக மிக உயரமாய்,
இரண்டு இராட்சச அடிகள்
மற்றும் அளந்தார் பிரபஞ்சம் முழுமையும்;
எல்லாம் வல்ல வள்ளுவர், அவரின் இரண்டு
அடிக்குறள் மூலம்,
அளந்தார் எண்ணங்கள் எல்லாம்
என்றோ மனிதன் மனதில் குறுக்கிட்டதனைத்தும்.

தோதமனார் சொன்னார்:

பிராமணர் தம் வேதம் நான்கு கொள்வர் தலைமேல்
ஆனால் அவற்றை எழுதத் துணியார் ஒருபோதும்
ஏனெனில் அவற்றின் வெளிவரும் தன்மை
அழித்துவிடும் அவைதனை;
ஆனால் வள்ளுவர் தன் வேதத்தை எழுத்தில் வடித்தார்
மற்றும் அதன் வலிமை குன்றாது ஒருபோதும்,
பலம்மிக்க அல்லது பலவீனர்களால்
ஒப்புவிக்கப் பட்டாலும் கூட.

மாங்குடி மருதனார் தம் கவிதையில் குறிப்பிட்டார்:

திருக்குறள் ஒரு வேதம்,
எளிதே அதை ஒப்புவிக்கலாம்,

ஆனால் அறிந்துகொள்ளக் கடினம்; அதை
அப்பழுக்கற்ற மனிதர் எவ்வளவு அதிகம்
நினைக்கிறாரோ அவ்வளவு உருகும்
அவர்தம் இதயமும் மனதும் ஒன்றாய்.

வண்ணக்கம் சத்பனார் சொன்னார்:,

வடமொழியையும் தமிழையும் நாம் ஆராய்ந்தால்,
எதைவிட எது உயர்ந்தது
என்று முடிப்பது கடினம்;
ஏனெனில் வடமொழி பெற்றுளது வேதம் மற்றும்
தமிழ் கொண்டுளது வள்ளுவர் திருக்குறள்.

ஔவையார் சொன்னார்:

அந்த ஆன்மீக உண்மை எனும் விளக்கு
(தெய்வீகப் புலவர், திருவள்ளுவர்),
எரியட்டும், இன்றுபோல, என்றும்
மற்றும் நீக்கட்டும் மனித இதய இருளை.

தெனிகுடி கீரனார், ஒரு அரிய பாடலில், திருவள்ளுவரின் சிந்தனைகள் அவரது சமகால மக்களிடம் எந்த அளவுக்குத் தாக்கத்தை ஏற்படுத்தி இருந்தது என்பதை விவரிக்கிறார். திருவள்ளுவர் வாழ்ந்த காலத்தில் கருத்து முரண்பாடு அதிகம் இருந்த காலம் மற்றும் சமயத் தருக்கப் போராட்டங்கள் மிகுந்து அதன் விளைவாக எழும் குழப்பத்தில், மக்கள் தவறாக உண்மைக்குப் புறம்பானதை உண்மை என்று எண்ணினர். திருவள்ளுவர் உண்மையென்ற முகமூடி அணிந்துள்ள பொய்ம்மையின் முகமூடியைக் கிழித்து அதனின் உண்மையற்ற தன்மையைத் தன் சமகாலத்தில் வாழும் மக்களுக்கு தெளிவாகக் காட்டினார். அதோடு மட்டுமல்லாமல் அவர் பொய்ம்மையால் கீழிறக்கப்பட்ட, புழுதியில் மறைந்து கிடந்த உணரப்படாத உண்மையை மறுபடியும் அரியணையில் ஏற்றினார். இந்த அரிய மாற்றத்தை தெனிகுடி கீரனார் குறிப்பிடும் பாடல் கீழ்க்கண்டவாறு மொழிபெயர்க்கப்படுகிறது:

தெய்வீகத் திருவள்ளுவர் குறளைஅளித்ததன்
மூலம் வாழுகின்ற மக்கள் மனதில் மாற்றம்
விளைத்து,
மற்றும் அது இது தான் :--
எது பொய்மையானதோ
பொய்மை உலகுக்குச் சொந்தமானதோ அது
பொய்யென்று அவரால் நிறுவப்பட்டது, மற்றும் எது
பொய்ம்மை அற்றதோ, ஆனால் உண்மையானது,

உண்மை உலகுக்குச் சொந்தமானது, அவரால்
ஒளிமிகுந்த உண்மை என்று நிறுவப்பட்டது.

மூன்றாவது சங்க காலக் கவிதை, அது 300ஆண்டுகள் கி.பி.முதல் நூற்றாண்டு முடிவு வரை நீடித்தது, அதில் திருக்குறள் மிகவும் மதிப்பு மற்றும் ஆதரவுடன் ஏற்புடன் மேற்கோளாகக் காட்டப்பட்டுள்ளது. கம்பர், மிகச்சிறந்த தமிழ்க்கவிஞர் மற்றும் கி.பி.9 ஆம் நூற்றாண்டில் வாழ்ந்தவர், குறளில் உள்ள கருத்துக் களை எல்லாம் அறிந்து கொண்டு அவருடைய கவிதை மொழியில், அவற்றிற்கு அவரின் சொந்த முத்திரை இட்டு, பின்னலிட்டார். பெரும்பான்மையான தமிழ்க் கவிஞர்களில் மிக அதிகமானவர்கள் 20ஆம் நூற்றாண்டுக் கவிஞர்களையும் சேர்த்துப் பாடல்களில் அவரைப் புகழ்ந்து அவருக்கு எவ்வளவு கடமைப்பட்டுள்ளார்கள் என்று கூறியுள்ளனர். குறள் தமிழர்களின் இதயத்தைக் கவர்ந்து, படித்தவர்கள் மட்டுமல்ல, படிக்காதவர்கள் கூட அதை மேற்கோள் காட்டும் நிலையில் இருந்தனர். டாக்டர் சி.என். அண்ணாதுரை--முன்னாள் தமிழக முதலமைச்சர், தேர்ந்தெடுக்கப்பட்ட குறள்கள் தேசியமயமாக்கப்பட்ட பேருந்துகளில் பலகணிச்சட்டங்களில் எழுதச்செய்த போது, தமிழக சட்டமன்ற உறுப்பினர் ஒருவர் குறைகூறும் எண்ணத்து டன், யாருடைய அறிவை வளர்ப்பதற்காகக் குறள்கள் பேருந்துகளில் எழுதப்படுகின்றன? பேருந்தை இயக்கும் பணியில் ஈடுபடுபவருக்காகவா அல்லது பேருந்தில் பயணம் செய்பவருக்காகவா? என்று கேட்டார். டாக்டர் அண்ணாத்துரை பளீரென்று பதிலளித்தார்: “பார்ப்பதற்குக் கண்ணுள்ளோரின் பயனுக்காக”. டாக்டர் சேவியர் எஸ் தனிநாயகம் இந்தியரல்லாத ஒருவரின் மிக மிக முந்திய குறள் பயன்பாட்டுக்கு எடுத்துக்காட்டுக் காக பெர்னாவ் டெக் க்விரோசஸ் என்பாருடைய இலங்கையைக் கைக்கொள் என்னும் நூலில் பிரெஞ்சு மதபோதகர் பிராஜோம் டெ விலா கொன்டி, ஒரு மதத் தொடர்புள்ள விவாதத்தில் புவனைகா பாகு ஆப் கோட்டெ, சிலோன் (1521-1551) என்ற நீதிமன்றத்தில் மைலாப்பூரைச் சேர்ந்த வள்ளுவர் புனித தாமசுடன் சம காலத்தில் வாழ்ந்தவர் எழுதியுள்ள ஒரு புத்தகத்தை, தீய எண்ணத்துடன் மறைக்கப்பட்டுள்ளதைப் படியுங்கள். அங்கே நீங்கள் தந்தை, மகன், பரிசுத்த ஆவி ஆகியவற்றின் ஐக்கியம், மகனின் திருப்பிறப்பு, மனிதனின் மீட்சி, மனிதனின் வீழ்ச்சியின் காரணம், அவனது தவறுகளுக்கு, துன்பங்களுக்கு

மருந்து மற்றும் கடைசியாக அவனது நிலையைக் காப்பாற்றிக் கொள்வது" என்று இந்த மேற்கோள் குறள் இலங்கையிலும் கூட பலரும் அறியும் நிலையில் அமைந்து தான் கற்பித்தக் கொள்கையை விளக்குமுகத்தான் ஒரு குறளை மேற்கோளாகப் பயன்படுத்தியுள்ளதைப் பதிவு செய்துள்ளார். போர்ச்சுகீசிய சமயப் பரப்பாளர் ஜோம் டெ விலா கொன்டியின் கவனத்தைக் கவரும் நிலையில் இருந்ததைக் காட்டுகிறது.

4 வள்ளுவரின் ஆளுமை

வள்ளுவரின் தனி மனிதப் பண்பை அறிந்து கொள்ள உதவும் சமகால வாழ்வுப்பதிவு எதுவும் இல்லை. ஆனால் அவரைப் பற்றிய நல்ல பல கட்டுக்கதைகள் இருக்கின்றன; இவை ஒரு தலைமுறையிலிருந்து மற்றொரு தலைமுறைக்கு அனுப்பப்படுபவை மற்றும் அவருடைய நூலில் சில உள் ஆதாரங்கள் காணப்படுகின்றன. இவற்றைப் பயன்படுத்தி வள்ளுவர் எப்படி இருந்தார் என்பதை ஊகித்து அறிந்து கொள்ளலாம்.

கட்டுக்கதைப்படி வள்ளுவர் தொழில்வகையில் ஒரு நெசவாளர். வள்ளுவர் என்பது ஒரு சாதியைக் குறிக்கும் ஒரு பட்டப்பெயர். இப்பிரிவைச் சேர்ந்தவர்கள் எதிர்காலத்தைப் பற்றிக் கூறும் குறிகாரர்களாகவோ, அல்லது பூசாரிகளாகவோ, யானைமேல் ஏறி அரசஅறிவிப்புகளை பறையடித்து அறிவிக்கும் பணியாளர்களாகவோ இருந்தார்கள். 'திரு' என்னும் வள்ளுவருக்கானமுன்னடைதமிழில் புனிதமானஎதையும்குறிக்கும். திருவள்ளுவர் என்பது வள்ளுவர் சமுதாயத்தைச் சேர்ந்த எந்தப் புனித மனிதனையும் குறிக்கும் மற்றும் திருக்குறள் என்பதன் பொருள் 'தூய்மையான ஈரடி'. திருக்குறளும் திருவள்ளுவரும் இயற்பெயர் அல்ல. இம்முறையற்ற நிலையைக் கண்ணுற்ற ஒரு பிரெஞ்சு நூலாசிரியர் இது பெயரில்லாத நூல் இதை எழுதியவரும் பெயரில்லாதவர் என்று குறிப்பிட்டார்.

திருவள்ளுவர் மயிலாப்பூரில் (மயில்கள் வாழும் நகரம்), சென்னை நகரத்தின் ஒரு பகுதியில் வாழ்ந்தார் என்று உறுதியாக நம்பமுடிகிறது. திருவள்ளுவர் நினைவைப் போற்றும் விதமாக மைலாப்பூரில்தான் வள்ளுவருக்கு ஒரு கோவில் உள்ளது. அத்தகைய கோவில் தமிழகத்தில் மைலாப்பூர் தவிர வேறெங்கும் இல்லை. கவிஞருடைய வீட்டை, நாம் கற்பனை செய்து கொள்ளலாம், இந்தக் கோவிலுக்கு அருகில் உள்ள இடத்தில், அதைச் சுற்றிலும் ஜி.யூ. போப் கருத்துப்படி, அங்கே இன்னும் நீடித்திருக்கிறது ஒரு அதிசய கிழக்கத்திய அழகு, அது எந்த மாற்றமும் அடையவில்லை; அந்த வழியாகச் செல்லும் ஒரு பாதசாரி தறியின் ஓடம் எழுப்பும் ஒலி அவருடைய இசைகூடிய

சொற்கள் இணைந்து ஒலித்த ஒரு புனிதமான குளம் அத்துடன் இன்றும் உள்ள தோல்பட்டை போன்ற தென்னை மரவரிசைகள் மற்றும் ஓலை வேய்ந்த வீடுகள், இவைகளில் ஏதோ ஒன்றில் நமது புலவர் வாழ்ந்திருக்கலாம்.

கடற்கரை அருகில் உள்ளது மற்றும் நாம் கற்பனை செய்து கொள்ளலாம் திருவள்ளுவர் கிரேக்க, உரோமானிய, பௌத்த, சமண, வேத, வைணவ மற்றும் சைவ தத்துவ ஞானம் உள்ளவர்களுடன் கை கோத்துக்கொண்டு கடற்கரை வழியாக வாழ்க்கையின் சிறப்புகளையும் மற்றும் வாழ்வதில் உள்ள மிகச்சிறிய மாற்றங்களைக்கூட விவாதித்துக்கொண்டு சென்றிருக்கலாம். நூலாசிரியர்களும் சான்றோர்களும் தூரத்தி லிருந்தும் அருகிலிருந்தும் வந்து கண்டு அவருடன் தங்கி இருந்து அருகிலுள்ள கடலில் குளித்து, அவருடன் அவர் வீட்டுத் திண்ணையில் உட்கார்ந்து விவாதித்திக்கொண்டும், வள்ளுவர் மனைவி வாசுகி அளித்த எளிய முழுமையான உணவை உண்டும் உள்ளனர். அவர் உயர்ந்த நட்புக்கு எடுத்துக் காட்டாகவும் அவர்கள் பிரிவு அவருடன் தங்கிய சில நாட்களுக்குப் பிறகு அவரை பெரிதும் பாதிப்பதாகவும் இருந்தது. ஒருநாள் அவரின் நண்பர்களுக்கு விடை கொடுத்து அனுப்பிவிட்டு, தெருமூலையில் அவர்கள் தூரத்தில் மறையும் வரை நின்றுவிட்டு, வள்ளுவர் கனமான இதயத்துடன் வந்து வீட்டுத்திண்ணையில் உட்கார்ந்து, அவர் நண்பர்களின் பிரிவைப்பற்றிச் சிந்தித்தார். பிறகு அவர் நல்ல உள்ளநிலையுடன் தனது நட்பை பண்பாடு மற்றும் அறிவுக்கூர்மை உள்ளவர்களை விட்டுவிட்டு ஆனால் முட்டாள்கள் மற்றும் அறிவு வளர்ச்சி குன்றியவர்களுடன் மட்டும் கொள்ள முடிவுசெய்தார். அவரின் குறள் ஒன்றில், அவரின் இம்முடிவை ஆதரித்து கீழ்க்கண்டவாறு கூறுகிறார்.

முட்டாள் நட்பு தலையாய இனிமை உடைத்து;
ஏனெனில்
அவர் பிரிவு
கண்ணீர் அற்றது. ***(839)***

மார்க்கசகாயம் எனும் பெயருடையார் வள்ளுவரின் எளிய வாழ்வுமுறையையும் உயர்ந்த எண்ணங்களையும் கண்டு வியந்தார். வள்ளுவர் விரும்பினால் தன் மகள் வாசுகியை அவர் திருமணம் செய்து கொள்ளலாம் என்று முன்மொழிந்தார். வாசுகியை மணம் புரிந்து கொள்ளும், விருப்பத்துடன் இருந்தாலும்,

வாசுகியின் குணத்தைச் சோதிக்கத் திருவள்ளுவர் விரும்பினார். அவர் மார்க்கசகாயத்திடம் கூறினார், வாசுகி கூடையில் மணல் எடுத்து அதைச் சோறாகச் சமைக்க முடியுமென்றால், அவளை என் மனைவியாக ஏற்றுக்கொள்வேன். வாசுகி எந்தக் கேள்வியுமின்றி கூடையில் உள்ள மணலை எடுத்து அதைச் சமைக்க அந்தப் புனித மனிதனின் ஆசை நிறைவேறும் என்ற நம்பிக்கையில் தொடங்கினார். அவளுக்காக அதிசயம் ஒன்று நிகழ்த்தப் பட்டது சமைக்கப்பட்ட மணலை அவள் கொன்டுவந்த போது, திருவள்ளுவர் கேட்ட சோறாக அது மாறி இருப்பது தெரிந்தது. உடனே, வள்ளுவர் அவளை மனைவியாக ஏற்றுக்கொண்டு அன்பும் அமைதியும் நிறைந்த வாழ்வை வாழ்ந்தார்.

அவர்களுடைய மண வாழ்வு, குடும்ப குணநலங்களின் உருவாக, குறளில் உயர்ந்த சொற்களால் குறிக்கப்படுகிறது. குறளின்படி, கருத்தியலான குடும்பத்தலைவன் கடமையே கண்ணான வாழ்க்கையைப் பூமியில் நடத்துகிறார், வாழ்பவருக்கும் மறைந்துள்ளவர்களுக்கும் அவனது கடமைகளைத் தவறாது ஆற்றுபவராகவும்; அவருடைய மனைவி, வாழ்வில் பங்கு பெறுபவர்மற்றும்அவரின் வெற்றிக்கெல்லாம் அடிப்படையானவர், பணிவு எளிமையுடன் வாழ்பவர், தன் கணவனை கடவுள் அன்புடன் பேணுபவர் மற்றும் அவளின் கற்பை அயராத கண்ணுடன் காப்பவள்.

இந்த இணை, பல குழந்தைகளைக் குடும்பத்தின் கருவூலமாகக் கருதப்பட்டவர்களைப் பெற்றிருந்தார்கள் என்பது தெளிவாகத் தெரிகிறது. அவர்களுடைய மழலை மொழி பெற்றோர்களுக்கு யாழ் மற்றும் குழலைவிட இனிய இசையாக இருந்தது. வள்ளுவர் குழந்தைகளை மிகுந்த மென்மையுடன் விரும்பினார். அவர் பாடினார்:-

> **குழந்தைகளின் உடலைத் தொடுவது**
> **உடலுக்கு இனிது;**
> **அவர்தம் மழலை மொழி கேட்பது**
> **காதுக்கு இனிது.** ***(65)***

சமைத்த உணவு குழந்தைகளின் கைகளால் துழாவப் பட்டது பெற்றோருக்கு அமுதமாக மாறுகிறது, குடும்பத்தின் தகப்பனுக்கு உள்ள ஒரே எண்ணம் தன்னை விடத் தன்

குழந்தைகள் சிறப்பானவராக இருக்க வேண்டும் என்பதே. பாசம் குடும்பத்தைப் பற்றிக்கொண்டிருந்தது.

வள்ளுவருடைய வீட்டுக் கதவு திறந்திருக்கும்; அவர் புன் முறுவலுடன் இனிய பேச்சுடன் ஒவ்வொரு விருந்தினரையும் வரவேற்று அவருடன் உணவு உண்பார். மரியாதை மிக்க பேச்சு, சிறிய அன்புச் செயல் ஒவ்வொன்றுக்கும் நன்றி, தமது செயற்பாடுகள் அனைத்திலும் நீதி, அவரின் ஒவ்வொரு தூண்டுகையிலும் சிறந்த ஆளுமை, அவர் ஆற்றும் ஒவ்வொரு கடமையிலும் துரிதம், தூய்மை, பொறுமை, மற்றும் பொறுத்திருக்கும் முகச்சாயல் ஆகியவை அன்றாட வாழ்நாளின் அடையாளங்கள் ஆகின.

பொறாமைக்கு இடமில்லா இதயம் மற்றும் அவரின் ஆசைகள் நடுத்தரமானவை மட்டுமல்ல குறைவானவைகளும் கூட. மற்றவர்களின் தீங்கைப் பற்றிப் பேசமாட்டார்; மற்றவருக்கு உதவுவதில் அவரின் தாராள மனப்பாங்கு வெளிப்படும். இது தான் வள்ளுவர் வழங்கும் கருத்துமிகு குடும்பத்தலைவரின் படம்; இதற்கு எடுத்துக்காட்டாக வாழ்ந்த வாழ்வும் அவருடையதே.

வள்ளுவர் மணமாகிப் பல ஆண்டுகளுக்குப் பிறகு, முன்பின் தெரியாத ஒருவர் வந்து ஒரு கேள்வி கேட்டார், எது உயர்ந்தது- இல்வாழ்வா அல்லது துறவு வாழ்வா? சான்றாண்மை மிக்க வள்ளுவர் மொழியைப் பயன்படுத்தி எந்தப் பதிலும் கூறவில்லை; ஆனால் அவரைச் சில நாட்களுக்கு விருந்தினராகத் தமது வீட்டில் வைத்துக்கொண்டு, தன்னுடைய இல்வாழ்வைப் பார்த்துக் கேள்விக்கு விடை தானே கண்டுகொள்ளட்டும் என்று விட்டுவிட்டார்.

ஒரு நாள் வாசுகி கிணற்றில் இருந்து தண்ணீர் இறைத்துக் கொண்டிருக்கும் பொழுது, திருவள்ளுவர் திடீரென அவளைக் கூப்பிட்டார், மற்றும் பணிவுமிக்க அவரது மனைவி வாசுகி, வாளியைக் கிணற்றுக்குள் தொங்கவிட்டுவிட்டு ஓடி வந்தார். அந்தப் புதியவர் வாளிக்குப் பின்னால் உள்ள சக்தி, புவி ஈர்ப்புச் சக்தியை விட அதிகம் என்பதை உணர்ந்துகொண்டார்.

மற்றொரு நாள் வாசுகி அவளது கணவருக்கு அவருடைய காலை உணவான பழைய சோறு அளித்த போது, திருவள்ளுவர் அது தனது கையைச் சுட்டுவிட்டது என்று சொன்னபோது, வாசுகி வாதம் ஏதும் செய்யாது, அவள் கணவர் சொன்னதை

உண்மை என்று நம்பி பழைய சாதத்துக்கு விசிறியால் வீசிக் காற்று வரச் செய்தார்.

மற்றொருநாள் மதிய வெய்யில் நேரத்தில் தறியின் ஓடம் விழுந்துவிட அதைத் தேட விளக்குக் கேட்டார். பணிவான வாசுகி உடனே விளக்கைக் கொளுத்தி அவருக்குக் கொடுத்தார்.

இந்த நிகழ்ச்சிகளையெல்லாம் பார்த்த அந்தப் புதியவர் முடிவுதரும் விடையை அந்தக் கேள்விக்குக் கண்டார்: எங்கு ஒருவருக்கு வாசுகி போன்ற மனைவி இருக்கிறாளோ அங்கு இல்வாழ்வே மிகச் சிறந்தது. வாசுகிக்கு முற்றும் மாறுபட்டவள் மனைவியாக இருந்தால், துறவு வாழ்வே சிறந்தது.

திருவள்ளுவரும் வாசுகியும் அமைதியான இல்வாழ்வை நீண்ட காலத்துக்கு வாழ்ந்தனர். வாசுகி இறக்கப்போகும் சமயம் நெருங்கியதும், இவ்வளவு நாளாக வாசுகி தம் கணவனிடம் கேட்கத் தயங்கிய அவள் மனத்தில் இருந்த ஒரு கேள்வி, வள்ளுவர் வாசுகியை எந்தத் தயக்கமும் இன்றி அதைக் கேட்கும்படி அன்புடன் கேட்டுக்கொண்டார். "நம்முடைய திருமணத்திலிருந்து, நீங்கள் சொன்னபடி ஒரு கோப்பையில் தண்ணீரும் ஒரு ஊசியும் நான் உங்கள் உணவு பரிமாறும் இலையில் வைத்துக் கொண்டிருக்கிறேன். அது எதற்கு என்று நான் கேட்கலாமா?" என்று அவள் கேட்டாள். கணவர் பதிலளித்தார்: "எனக்கு ஒரு கோப்பை நீரும் ஒரு ஊசியும் தேவைப்பட்டன. ஏனென்றால், எனக்கு உணவு பரிமாறும் போது ஒரு சோறு தவறி விழுந்து விட்டால் அதை ஊசியால் எடுத்து நீரில் கழுவுவதற்காக. இருப்பினும் ஒருபோதும் ஊசியையும் நீரையும் பயன்படுத்தும் அந்த அவசியம் எனக்கு வரவில்லை". இந்தச் சந்தேகம் விளக்கப்பட்டதும் வாசுகி கடைசியாக மூச்சு விட்டாள்.

அவள் இறப்புக்குப் பின்னர் மற்றும் அவளுடலைத் தீயிட்ட பின்னர், தெய்வீகப் புலவர் வாசுகியின் இழப்பை எண்ணி வருந்தி ஆன்மாவை ஈர்க்கும் பாடல் ஒன்றைப் பாடினார், அது கீழ்க்கண்டவாறு மொழிபெயர்க்கப்படலாம்:

ஓ, என் அன்புக்கு இனியவளே, என் அன்றாட உணவைவிட இனியவளே,
ஓ, என்னன்பே! ஒருபோதும் என்சொல் என்றும் தட்டாத,
ஓ, பணிவின் உருவே, எனது காலைத் தேய்த்துவிட்டு,
எனக்குப் பின்னர் போவாய் தூங்க, முன்னே விழிப்பது

தானே உன் பழக்கம்,
போய்விட்டாயா நீ!
எப்படி உறக்கம் என்றன் உறக்கமிலாக் கண்களுக்கு
வரும்?

வள்ளுவரின் தனிச் சுவை பற்றி ஒன்று அல்லது இரண்டு நமக்குத் தெரிகிறது. குறள் எண் **1191** இல், திருவள்ளுவர் சொல்கிறார்:-

பெண்கள், அவர்தம் கணவரை விரும்புவார்
விரும்பப்படுவார் அவர்களால் -
புலன் நுகர்வு இன்பத்தின் விதையில்லாப் பழங்களைக்
கொண்டு வருவாரும் அவர்கள் தான். *(1191)*

அதிக விதைகள் உள்ள மாதுளை போன்ற பழத்தை மென்று உண்ணும் போது, பழத்தைச் சுவைக்கும் மேல்வாய் அண்ணம் தொடர்பற்ற விதைகளால் வெறுப்பூட்டும் அளவுக்குத் தடுக்கப் படுகிறது. ஆனால் நம்முடைய பற்கள் வாழைப்பழத்தையோ அல்லது விதையில்லாத்திராட்சையையோ கடிக்கும் போது, ஒன்றும் தடைப்படுத்துவதில்லை அதன் சுவையை அனுபவித்துச் சாப்பிடும் போது. திருவள்ளுவர் நன்றாக மீட்டப்பட்டுள்ள ஒப்புணர்வு மிகுந்த இணையையும் விதையில்லாப் பழங்களையும் ஒப்பிட்டு இருக்க வேண்டும் என்பதிலிருந்து வள்ளுவர் விதையில்லாப் பழங்களைச் சிறப்பாக விரும்பியது பெறப்படுகிறது.

அவர் முழுவதும் அருள் நிறைந்தவராகவும் மனிதப் பண்பு மிக்கவராகவும் இருந்தார். வசைமொழி பேசும் ஒருவரை விளித்துத் திருவள்ளுவர் அவருக்கு இணக்கமான புன்முறுவலுடன் சொல்லுவார்:-

ஏன் கீழான சொற்களைப் பயன் படுத்த வேண்டும்
தெரிந்தெடுக்க இனிய சொற்கள் ஏராளம் இருக்கும் போது,
இது தவறான வழியில் சென்று காய்களைத்
திருடுவதைப்போல,
சுவையான பழங்கள் கைக்கெட்டும் போது! *(100)*

வீட்டுப்பாங்கான இந்த எளிமையான இனிய உவமை மூலம் வசைமொழிக்காரரின் கவனத்தை மென்மையான புன்முறுவலுடன் திருப்பிவிட்டு, வள்ளுவர் தம்முடைய சுயஉணர்வை வெளிப் படுத்திச் சொல்லுவார்:-

இனிய சொற்கள் இனிய முடிவுகளைக்கொடுக்கும்.
இந்த நிலையைப் பார்த்த யாரும் கரடுமுரடான மற்றும்

விலக்க வேண்டிய சொற்களை எப்போதாவது பயன்படுத்துவார்களா? (குறள் எண் 99)

சிரிப்பு எனும் பரிசு வள்ளுவருக்கு ஒரு உயர்நிலையைக் கொடுப்பது போல் தெரிகிறது, அதிலிருந்து அவர் மனித வாழ்விலிலுள்ள குறைகள் மற்றும் முரண்பாடுகளை பிரபஞ்ச புரிதலுடன் மற்றும் ஷேக்ஸ்பியரின் மன்னிக்கும் மனப்பான்மையுடன் மேலிருந்து கீழாக தெளிவாக பார்க்க முடிகிறது. சிரிப்பு எதிலும் கெடுதலையே காணும் எதிர்மறை மனப்பான்மை அவருக்கு வராமல் உறுதி செய்கிறது. உண்மையில், அவர் நமக்கு தெய்வீக பரிசான சிரிப்பை வளர்க்க ஆலோசனை கூறிச்சொல்கிறார்:-

சிரிக்கத் தெரியாதவருக்கு,
இந்த எல்லையற்ற பிரபஞ்சம்,
பட்டப் பகல் வெளிச்சத்தில்
இருளில் அமிழ்ந்துள்ளதைப் போலத் தோன்றும். *(999)*

அவருடைய அளவுக்கு அதிகமான இரக்கம் தன்னுடன் இருப்போருக்கு அவர் கண்களுக்கு கண்ணீரைக் கொண்டு வரும் மற்றும் தீமையைக் கண்டு அவர் கொள்ளும் கோபம் பார்க்கவேண்டியதில் ஒன்று. அவர் கேட்கிறார்:- ஏழ்மையைவிடப் பொல்லாதது எது என்று உங்களுக்குத் தெரியுமா? பிறகு ஒரு சிறிய நேரம் எதையும் சொல்லாமல், பின்னர் கேள்விக்குப் பதிலாக, ஏழ்மை தான் ஏழ்மையைவிடப் பொல்லாதது.

எப்படிக் கூர்மையான சுருக்கம் ஒரு சில ஒளிவிடுகின்ற சொற்களைக் கொண்டு உருவாக்குவது என்பதை அவர் கற்றுக் கொண்டிருந்தார். அவர் எப்பொழுதும் தமது கேள்வியின் அடித்தளத்துக்குப் போகும் பழக்கம் உண்டு. அதற்குப் பின்னர் தான் அவருடைய இருக்கைக்குச் செல்வார், தடய அறிவியல் சூரர் போல. அவர் சமுதாய உயிர்களின் சட்டங்களை அவ்வளவு நன்றாக உணர்ந்திருந்ததால் அவர் அதை நமக்கு அமிழ்தம் போல அளிக்க முடிந்தது.

காலம் காலமாக இருந்து வரும் வாத எதிர்வாதத்தில் ‘மரபா, சூழலா’ என்பதில் அவருடைய ஆதரவை சூழலுக்கு வழங்கினார். ஒரு மனிதன் தன் ஆளுமையின் வளர்ச்சிக்கு அவன் பெற்றுள்ள மரபணுக்களை விட. அவன் வாழும் சூழலைச் சார்ந்திருக்கிறான் என அவர் நம்பினார். அவருடைய

திருவள்ளுவர் ✤ 41

(திருவள்ளுவருடைய) அதிகாரம் சிற்றினம் சேராமை (இழிந்த உறவு தவிர்த்தல்) என்பதில் அவர் கூறுகிறார்:-

> தண்ணீர் தான் ஓடுகின்ற மண்ணின் தன்மையை
> எடுத்துக் கொள்வது போல
> மனிதர்கள் தாங்கள் இருக்கும் சூழலின்
> ஞானத்தைப் பெற்றுவிடுகிறார்கள். (452)

மற்றொரு குறளில் அவர் கூறுகிறார்:--

> ஞானம், மனிதனின் மனத்துக்குள் உள்ளது போலத்
> தோன்றினாலும், அவனின் சூழலில் தான் உள்ளது. (454)

வள்ளுவர் தாராள மனப்பாங்குடனும் விட்டுக்கொடுக்கும் தன்மையும் உடையவராக, வழக்கமாக மகிழ்ச்சியுடன், நல்ல நகைச்சுவை உள்ளவராக, எழுச்சிமிக்கவராக இருந்தார்; அவர் உண்மையான அன்புடன் நீண்ட நாள் பழகும் தன்மை உடையவராகவும் இருந்தார். அவருக்குத் திட்ப உரைச் செறிவு மொழியில் தனி விருப்பம், ஒருவரியில் அநேக தாள் கொண்ட கட்டில் எழுதப்படும் செய்தியைக் கொண்டுவரும் அசாத்தியத் திறன் பெற்றவர்.

திருவள்ளுவர் மிக உயர்ந்த உணர்வுகளைக் கொண்ட மனிதர் மற்றும் அவர் சொன்னார்:-

> உலகம் அவரைப் பார்த்து நன்னெறியில் வாழ்கிற
> தோட்டம் என்று கூறும் ஏனெனில் அவர் மற்றவருடைய
> வெட்கத்தைத் தனது வெட்கமாகக் கருதிக் குற்ற
> உணர்வால் சுருங்கிப் போவார். (குறள் எண் 1015)

அவரை ஒரு நேர்த்தியான நடத்தை நய உணர்வு தனிப்படுத்திக் காட்டும். அவர் குறள் எண் 1012ல் கூறினார்:-

> உணவு, உடை ஆகியவை எல்லா மனிதருக்கும் பொது;
> மெல்லிய வெட்க உணர்வு மட்டும்
> ஒரு சிலரைப் பலரிடம் இருந்து பிரிக்கிறது.

வள்ளுவர் அறிவின் அனைத்துப் பிரிவுகளையும் விரும்பினார். கருத்துக்கள்தான் அவர் உண்ணும் உணவும் குடிக்கும் நீரும். அவர் அனைத்தையும் திரட்டினார், அவற்றின் சுவை பார்த்தார், மாதிரி எடுத்தார் மற்றும் அவரது கையேட்டில் ஏற்றினார் மற்றும் பல ஆண்டு ஆழ்ந்த சிந்தனைக்குப் பிறகு, அவற்றை ஒருமுகப்படுத்தினார் மற்றும் அவை ஒழுங்கு படுத்தப்பட்ட பிறகு, கவிதையாக அவற்றை வடித்தெடுத்தார்.

அரிதாகவே இத்தகைய கருத்துக்கள் அல்லது உணர்வுகள் இவ்வளவு கடின உழைப்புடன் கூடிய கலையால் தனிச் சிறப்புடன் போற்றப்பட்டுள்ளன.

ஒரு குறளில் அவர் பேசுகிறார்: "வாழுவோம் என்னும் செருக்கு" அல்லது 'உயிருடன் இருப்பதில் உள்ள சிறந்த பெருமை'. இது பிரெஞ்சுக்காரர்களின் 'ஜாய் டெ விவ்ர்' வாழ்வில் உள்ள மகிழ்ச்சியை நினைவூட்டுகிறது.

பழைய கதைகள் உறுதியுடன் கூறுகின்றன; திருவள்ளுவர் மதுரைக்கு வரும் போது மனிதனின் நிறை இளமையுடன் வந்து அவரது திருக்குறள் மதுரைத் தமிழ்ச் சங்கத்தால் ஏற்றுக்கொள்ளப்படும் நிலையை எதிர்நோக்கி அங்கு வந்தார். சங்கச் சான்றோர்களில் சிலர் கடுமையான விதிகளைக் காட்டும் பொறாமையுள்ளவர்களாக இருந்ததால் திருக்குறளை எளிதில் ஏற்றுக்கொள்ளும் நிலையில் அவர்கள் இல்லை. அவரைப் பல கேள்விகள் கேட்டுத் துளைத்தனர் ஆனால் திருவள்ளுவர் அவர்களின் கேள்விகளுக்கெல்லாம் எளிதாகப் பதிலளித்து அவர்கள் முயற்சியில் தோல்வியுறச்செய்தார். கடைசியாக அவர்கள் சொன்னார்கள்: திருவள்ளுவரே கேளுங்கள், நாங்கள் உங்களுக்குக் கடைசிச் சோதனை அளிக்க உள்ளோம். அதன்படி மீனாட்சி கோவில் உள்ளே உள்ள குளத்தில் மிதக்கும் தங்க இருக்கை இதை ஏற்றுக் கொள்ளுமானால் நாங்கள் ஏற்றுக்கொள்ளுவோம்; அது ஏற்றுக்கொள்ளா விட்டால், நாங்கள் அதை மறுத்துவிடுவோம். அதற்குப்பின்னர் அவர்கள் மிதக்கிற இருக்கை மேல் அமர்ந்து திருக்குறளுக்கு சிறிதும் இடமில்லாமல் ஒருவர் மீது ஒருவர் மோதி உட்கார்ந்துகொண்டு இருந்தனர். கவலை ஏதும் இன்றி திருவள்ளுவர் குறளைத் தமது கையில் எடுத்துக் கொண்டு மிதக்கின்ற இருக்கையை அடைந்தார். இருக்கை அருகில் அவர் வந்த உடனே, தங்க இருக்கை தன்னை நீட்டிக்கொண்டு திருவள்ளுவர் அவர் நூலுடன் வசதியாக உட்கார வழிவிட்டது. பிறகு அந்த நூல் விரிந்து பெரிதாக ஆகி சங்கச் சான்றோர் யாரும் அதில் உட்கார இயலாத நிலை மட்டுமல்ல அவர்கள் அனைவரும் குளத்தில் மூழ்கிவிடும் படியும் செய்தது. திருவள்ளுவர் எல்லா சங்கத்துக்காரரையும் ஒன்றாக கொண்டால் கூட அவர்களை எல்லாம் விஞ்சியவர் திருவள்ளுவர் என்று அந்தத் தங்க இருக்கை முடிவு செய்தது. அதிலிருந்து திருவள்ளுவர் தெய்வீகப் புலவர்

என்று அறியப்பட்டார். நீதிக்கதை, உருவாக்குவதற்கு மட்டுமல்ல உயிர் காப்பதற்கும் கூட!

தெய்வீகப் புலவரின் குறளை அது எப்படிப் படிக்கப்பட வேண்டுமோ அப்படிப் படித்துப் பாராட்டுவதற்கு நூலாசிரியரின் பன்முகத்திறனை அறிந்து கொள்ளுவது அவசியம் மற்றும் எண்ண வளர்ச்சி வரிசையில் அவருடைய இடம் என்ன என்பதையும் அறிந்து கொண்டிருக்க வேண்டும். வயது முதிர்வோடு அறிவு வளர்ச்சி முழுமையும் பெற்று ஒருவர் குறளுக்கு திரும்ப வரவேண்டும். திருக்குறளைப் படிக்கையில், உணவை ஒரு பெரிய உருண்டையாக விழுங்குவதைப் போல் இல்லாமல் ஓமியோபதி மருந்துகளை சிறுய அளவில் எடுத்துக் கொண்டு எப்படி மதிப்பு மிக்க அமிழ்தைச் சுவைத்துச் சாப்பிடுவோமோ அப்படிப் படிக்கவேண்டும். அப்பொழுது வள்ளுவருடைய எழுத்துகள் மனிதனின் துணிவு மிகுந்த வீர வாழ்வில் பங்கு பெறுவதற்கும் தங்களது வாழ்வின் சிறப்பைக்கொண்டாடுவதற்கும் உதவியாக இருக்கும்.

5 குறள் பொருள் விளக்கம்

குறளின் சொற்சுருக்கம் மற்றும் ஆழ்ந்த உணர்வு ஆகியவற்றுடன் அதனின் இரகசியத்தை அதைப் பற்றி மரியாதையுடன் சிந்திப்போருக்கு மட்டுமே அறிந்துகொள்ளும் வாய்ப்பை அளிக்கிறது; மரபுப்படி குறளுக்கு 10 தமிழ் உரையாசிரியர்கள் இருந்திருக்கிறார்கள். அவர்களில் தலைசி றந்தவராக அறியப்பட்டவர் பரிமேலழகர். சில உரையாசிரியர்கள் என்ன அதில் கண்டுபிடிக்க வேண்டும் என்று நினைக்கிறார்களோ அதையே கண்டு படிக்கிறார்கள். சில குறட்பாக்களை, குவிந்துள்ள பண்டைய உரையாசிரியர்களின் ஞானத்தால் கூட சிக்கறுக்க முடியவில்லை. காலஞ்சென்ற வருத்தத்துடன் நினைவுகூறப்படும் இரசிகமணி டி.கே. சிதம்பரநாத முதலியார், 20-ஆம் நூற்றாண்டில் தமிழ்நாட்டில் உருவான கலையார்வம் மிக்கவர், பிரெஞ்சு நாட்டு புனித பாவேயுடன் ஒப்பிடப்படும் தகுதி படைத்தவர், பல குறட்பாக்களுக்குப் புதிய வெளிச்சம் தந்தவர். எடுத்துக்காட்டாகக் கீழ்வரும் குறளை எடுத்துக்கொள்ளலாம்:-

உதவி வரைத்தன்று உதவி; உதவி
செயப்பட்டார் சால்பின் வரைத்து.

இக்குறளைக் கீழ்க்கண்டவாறு நான் மொழிபெயர்ப்பேன்:-

அன்புச் செயல் வரையறுக்கப்படுவதில்லை
அதன் எல்லைகளைக் கொண்டு,
ஆனால் பெறுவாரின்
பண்பாட்டை ஒட்டியவற்றால் மட்டுமே பெறப்படும் (105)

ஒருவேளை, எனது இம்மொழிபெயர்ப்பு மூலப் பாடத்தில் உள்ள சொற்சுருக்கம் மற்றும் நீள் வட்டத்தன்மையை வெளியே கொண்டுவராமல் இருக்கலாம். காலஞ்சென்ற இரசிகமணி அவர்களிடம் அதன் உள்ளே புகுந்து உண்மையான பொருளை வெளிக்கொண்டுவர வேண்டப்பட்டது. இந்தக் குறளில் புதைந்துள்ள உண்மையை ஒரு கற்பனையான வாழ்க்கைத் துணுக்கைக் கொண்டு அவர் விளக்குவார்:-

வள்ளுவர் காலத்தில் வாழ்ந்த ஒரு பணக்காரர் இறந்தார் மற்றும் அந்த பணக்காரரின் மகன் அவனது தந்தையின் முதலாண்டு இறப்பு நாளை ஏழ்மை மற்றும் தேவையால் வாடும்

பிராமணர்களுக்கு விருந்து கொடுத்துக் கொண்டாடினான். விருந்து முடிந்து , பிராமணர்கள் ஒருவர் பின் ஒருவராக மாளிகையிலிருந்து வந்தனர். வள்ளுவர் தெரு முடிவில் நின்றுகொண்டு வெளியே வரும் விருந்தினர் ஒவ்வொருவரையும் விருந்தளித்தவர் விருந்து டன் எதாவது பணம் கொடுத்தாரா?என்று ஒரு கேள்வி கேட்டார். முதலாவது பிராமணர் வருத்தமுடன் சொன்னார், அவர் எனக்கு ஐந்து பிச்சைக் காசுகள் கொடுத்தார். வள்ளுவர் தனது கைஏட்டில் தங்கக் காசுகளை பிச்சைக் காசுகளென்று விவரித்ததைக் குறித்துக் கொண்டார் 5 தங்கக் காசுகள் ஐந்து பிச்சைக்காசுகளுக்குச் சமம். வள்ளுவர் அதே கேள்வியை அடுத்த பிராமணரிடம் கேட்டார் மற்றும் அவர் சொன்னார் நல்லது ஐயா, அவர் எனக்கு 5 தங்கக் காசுகள் கொடுத்தார். வள்ளுவர் குறித்துக்கொண்டார் இவரின் மதிப்பில் ஐந்து தங்கக் காசுகள் ஐந்து தங்கக்காசுகளுக்குச் சமம். மூன்றாவது மனிதர் பதிலளித்தார், நான் தேவையுள்ளவன். அந்த பெரியமனது படைத்தவரால் கொடுக்கப்பட்ட ஐந்து தங்கக் காசுகளின் மதிப்பு எனக்கு 500 தங்கக் காசுகள். நான்காவது பிராமணருக்கு அந்த கேள்வியை வள்ளுவர் அளித்தபோது, அவருடைய கண்கள் நன்றியுணர்வுடன் ஒளிவிட்டன, அவர் மகிழ்ச்சியுடன் ஆடியபடி சொன்னார், அந்தக் கனவான் இந்தக் காசுகளைப் பத்திரமாகப் பூட்டி வைத்தால், நாங்கள் உள்ளே இருக்கமாட்டோம் என்று சொல்லப் போவதில்லை. என்ன தாரளமான கொடையாளி இவர்! என்னுடைய மனைவியும் நானும் மற்றும் எங்கள் டசன் குழந்தைகளும் பட்டினியால் வருந்திக்கொண்டு இருந்தோம்; இந்த ஐந்து தங்கக் காசுகளும் எங்களை ஒருமாதத்துக்குக் காப்பாற்றும். எனவே நான் அவை ஐந்து மில்லியன் வெள்ளிக்காசுகளுக்குச் சமம் என்பேன். திருவள்ளுவர் இந்தப் பதில்களை எல்லாம் குறித்துக்கொண்டு ஒரே எண்ணிக்கை கொண்ட காசுகளுக்கு வேறுபட்ட மதிப்புளை வெவ்வேறானவர்கள் வழங்கும் நிலையைப் பற்றி நீண்ட நேரம் ஆழ்ந்து சிந்தித்தார். பின்னர் அவரது மனதில் மின்னலென- ஒரு அன்புச்செயல் தன்னியல்பான மதிப்பைப் பெறுவதில்லை மற்றும் அதன் மதிப்பு தன்னியல்பு அற்ற காரணியை, பெறுபவரின் பண்பாட்டைப் பொறுத்து இருக்கிறது; உதவியைப் பெற்றுக் கொள்வோரின் பண்பாடு அதிகம் என்றால், கொடுப்பவரால் வழங்கப்படும் உதவியின் மதிப்பும் கூடும், அதாவது அதிகமாகும். இந்த உளவியல் உண்மை, வள்ளுவரின் கண்டுபிடிப்பு, மற்றும்

நுண்நோக்கு ஆகியவற்றில் தலையாயது. டி.கே.சிதம்பரநாத முதலியாரின் விளக்கத்தைக் கேட்டதற்குப் பின்னால், நாம் அந்தக் குறளை மறுவாசிப்புச் செய்வோமானால், அது அதன் உள் இயல்பை உணர்த்தும் முக்கியப் பொருளை நமக்கு உணர்த்தும்:-

> **அன்புச் செயல் வரையறுக்கப்படுவதில்லை**
> **அதன் எல்லைகளைக் கொண்டு,**
> **ஆனால் பெறுவாரின்**
> **பண்பாட்டை ஒட்டியே அது பெறப்படும். *(105)***

இரசிகமணி சொல்லுவது போல் , குறள் எழுதி ஆயிரம் ஆண்டுகளுக்குப் பின்னர், தமிழ் நாட்டில் யாரும் இந்தக் குறளைப் புரிந்து கொள்ளவில்லையாதலால் கவிச் சக்ரவர்த்தி கம்பர் கி.பி. 9ம் நூற்றாண்டில் அவருடைய இராமாயணத்தில் இக்குறளை மேற்கோள் காட்டி, அவருடைய சிறப்புத்திறனைப் புலப்படுத்தும் வேறு பொருள் வழங்கும் மாற்றத்துடன் பயன் படுத்தினார்.

கம்பர் இராமனுக்கும் இலட்சுமணனுக்கும் விஸ்வாமித் திரர் நாடகப் பாங்கு மிகுந்த மகாபலியின் கதையை சொல்லச் செய்கிறார். விஷ்ணு வாமன(குள்ள) அவதாரம் எடுத்துக்கொண்டு மகாபலியின் அரசவைக்குச் சென்று சொன்னார், 'உன்னிடம் இருந்தால் மூன்றடி நிலம் எனக்குக்கொடு' என்றார். அளிக்கப்பட்டு விட்டது சொன்னார் தாராளமான அரசர் மற்றும் வழங்கிய பரிசை உறுதிப் படுத்துவதற்காக குள்ளரின் நீட்டப்பட்ட உள்ளங்கைமீது நீர் ஊற்றினார். அவருடைய உள்ளங்கையை நீர் எட்டியதும், குள்ளர் உயரமாக, மேலும் உயரமாக வளர்ந்தார், அவரின் உயர்த்திய காலடிகளால் மூன்று உலகங்களையும் அளந்தார், ஆகாயத்தை அளந்து விட்ட பிறகு மேலும் அளவிட இடமேதும் இல்லாததால், மகாபலியின் தலைமீது பாதம் வைக்கப் பட்டது, அவனுடைய தன் முனைப்பை அகற்றி அவன் இருக்க வேண்டிய இடத்துக்கு உட்கொள்ளப்பட்டான். இச்சூழலில் கம்பர் வள்ளுவரை மேற்கோள் காட்டுகிறார் மற்றும் விளக்குகிறார்,குள்ள உருவம் வளர்ந்தது மேலும் உயரமாக மேன்மேலும் உயரமாக , மற்றும் ஆகாயத்தை அளந்து முடித்து பெரிய மனிதருக்கு அளிக்கப்பட்ட சிறிய உதவி போல. மூன்று காலடி பரிசாக வழங்கப்பட்டது, அளவில் மிகச் சிறிதாக இருந்தாலும், மிகவும் பெரிதாக அண்ட அளவுக்கு விரிவாக்கப்பட்டது; முடிவற்ற பரிசுபெற்றவரால், முடிவாக கொடுத்தவரையும் அழித்தது. கம்பர் இந்த விதமாக

வள்ளுவரின் குறளுக்கு நேர்த்தியான வஞ்சப்புகழ்ச்சியுடைய மாற்றம் அளிக்கையில் அதே நேரத்தில் அவர் முழுமையாக இந்தச் செறிவு சுருக்கம் நிறைந்த குறளை முழுதும் அறிந்துள்ளார் என்பதையும் தெளிவுபடுத்துகிறார். இந்தக் குறள் கம்பரால் அறிந்து போற்றப்படுவதற்கு ஆயிரம் ஆண்டுகள் காத்திருக்க வேண்டி இருந்ததால், வள்ளுவரின் இக்குறள் மீள்விளக்கம் பெற மேலும் ஓராயிரம் ஆண்டுகளுக்குக் காத்திருக்க வேண்டியதாயிற்று இரசிகமணியால் அறிந்துகொண்டு போற்றப்படுவதற்கு முன்னால், டி.கே.சியின் அன்பார்ந்த பொருள்விளக்கம் இல்லாமல் அறிந்து கொள்ளமுடியாத மற்றொரு குறள் கீழ்வருமாறு:-

> அன்பு நற்குணத்தை மட்டும் ஆதரிக்கிறது
> முட்டாள்கள் சொல்கிறார்கள்;
> அது தீய குணத்தையும் கூட ஆதரிக்கிறது. (76)

நற்குணம் தீமையிலிருந்து நம்மை அகற்றிக் கொள்ள உதவுகிறது என்று உரையாசிரியர்கள் சொல்லிக் கொண்டிருக்கிறார்கள். ஆனால் டி.கே. சி. ஒருவேறுபட்ட பொருள் விளக்கம் கொடுத்து அதைச் சாதாரண நிகழ்வு மூலம் விளக்குகிறார். பழக்கமான திருடன் ஒருவன் காவல் நிலையத்துக்கு ஒவ்வொரு நாளும் காலை 6 மணிக்குச் செல்ல வேண்டுவது அவசியமானது. தனது ஆறு குழந்தைகளும் மனைவியும் வீட்டில் பட்டினியால் வாடுவதைப் பார்த்து அவன் 30 மைல் தூரத்தில் உள்ள ஒரு இடத்துக்கு இரவில் ஓட்டமாய் ஓடி, மைதானத்தில் தூங்கிக்கொண்டிருப்பவர்களைப் பார்த்து, அவன் உயிரைப் பணயம்வைத்து தூங்கும் கூட்டத்துக்குள் புகுந்து மற்றும் தூங்கும் பெண்களின் நகை களைக் கொள்ளை அடித்துக் கொண்டு தனது கிராமத்துக்கு திருட்டுச் சொத்துடன் ஓடி மற்றும் அதை அங்கே வைத்துவிட்டு அவன் காவல் நிலையத்துக்கு இருக்கவேண்டிய வேளையில் தவறாது இருப்பதற்காக ஓடி வந்துவிடுவான். இந்த சிரமமான வேலையைச் செய்வதற்கு வேண்டிய தைரியம், தேர்ச்சி, திறமை இந்தத் தப்பியோடலில் அவனது உயிரைப் பணயம் வைத்துச் செல்வதற்கு வேண்டிய துணிவைக் கொடுத்தது எது? சந்தேகம் ஏதுமின்றி அவன் மனைவி, குழந்தைகளின் மீது அவன் கொண்டிருந்த அன்பு. டி.கே.சி.யின் கருத்துப்படி அன்பு அடித்தளத்தில் நற்குணத்துக்கு மட்டுமல்லாமல் தீய குணத்துக்கும் உள்ளது என்று திருவள்ளுவர் இந்தக் குறளில் சொல்கிறார்.

6 சொல் போற்றல்

தொன்மையானஅல்லது தற்காலத்திய சிந்தனையாளர்களுள் யாரும் சொற்களுக்கு வள்ளுவர் அளிக்கும் தெளிவு மற்றும் வேறுபடுத்திக் காட்டும்தன்மை போல் ஆன்மாவின் திருப்திக்காக அளித்ததாகத் தெரியவில்லை.

சொல்வன்மை எனும் அதிகாரத்தில், திருவள்ளுவர் சொல்கிறார்:-

சொல்லவேண்டாம் எந்தச் சொல்லையும்
உறுதிப் படுத்திக் கொள்ளாமல்
அச்சொல்லைத் தோற்கடிக்கும் சொல் இல்லை என்பதை.
(645)

இக்கட்டளையைப் பின்பற்றுவதற்குத் தேவை சொற்கள் பயன்பாட்டில் உழைப்பும் ஒழுங்கும் நிறைந்த ஒருபுதிய பாடத்தொகுதி. ஒரு எண்ணத்தை வார்த்தைகளாக வடிப்பதற்கு முன்னர், வள்ளுவர் நம் மனக்கண் முன்னே எல்லா ஒரே பொருள்கொண்ட இக்கருத்தைச் சொல்லப் பயன்படும் அனைத்துச் சொற்களையும் கொண்டுவந்து, எல்லாவற்றையும் பார்வையிட்டு இக்கருத்தோடு இணைந்த பல்வேறு சிறிய கருத்துக்களை வெளிக்கொண்டுவர முடியாத சொற்களை மறுக்க வேண்டும், மீதமுள்ள சொற்கள்போட்டி இடட்டும் ஒன்றோடொன்று கொடுக்கப் பட்டுள்ள கருத்தை வெளியிடுவதில் மற்றும் கடைசியாக அந்த தகுதி மிக்க எல்லா சொற்களையும் மிஞ்சும் சொல்லை சொல்ல வேண்டிய கருத்தின் எல்லா நுட்பத்தையும் சொல்லவல்ல அச்சொல்லை தேர்ந்தெடுக்கவும். இந்தத் தேர்ந்தெடுக்கும் முறையில், அந்தச் சிந்தனையாளர் ஏமாற்றும் மற்றும் துல்லியமற்றச் சொற்களைப் பயன்படுத்துவதிலிருந்து தன்னைக் காத்துக்கொண்டு யோகக்கலையில் ஒருமுகப்படுத்திக்கொள்ளும் நிலையில், தவிர்க்க முடியாத சொல்லைத் தவறவிடாமல் எடுத்துப் பயன் படுத்தவேண்டும். திருவள்ளுவர் மொழிக்கும் கருத்துக்கும் இடையேயுள்ள மறையுரைத்தொடர்பை, சிலருக்கு மட்டும் கற்றுக்கொடுக்கப்படும் தன்மையை, நன்றாக அறிவார் மற்றும் கருத்து மொழியை வசப்படுத்துவதுபோல மொழியும் கருத்தை

வசப்படுத்தும் என்பதையும் வள்ளுவர் அறிவார். வள்ளுவர் அறிவார் இதையும் சொற்கள் இவ்வளவு கவலை மற்றும் ஆழ்ந்த ஆய்வு அக்கறையுடன் தேடப்படும்போது, அந்தச் சொற்கள் சொற்களற்ற தன்மையை ஓரளவுக்குப் பெற்றிருக்கும் அச்சொற்கள், வாயிலாக இருக்கும் அவற்றின் வழியே ஒருவர் அமைதியை அடையலாம். சொற்கள் அமைதி உருக்கொடுப்பதை வெளியிடும் போது, அவை உள் ஆராய்வுக்கு உதவும் ஏடு களாகின்றன. வள்ளுவர் சொற்களைத் தவறாக பயன்படுத்துவது அவச்செயலாகக் கருதினார். சொற்கள் வெளியிடுகிற பொழுது, கவனத்தைத் திருப்பும் அல்லது வீணான மனதின் உளறல்களை அல்ல, ஆனால் ஆழ்ந்த உயிரின் அமைதிகளை, அவைகள் பேசுவோர் மற்றும் கேட்போர் ஆகியோரை ஆன்மீகநிலைக்கு உயர்த்துகின்றன. இதன் விளைவாக திருவள்ளுவர் பேச்சாளர்களை சொற்களுக்கு மரியாதை அளிக்கும் மனப்பாங்கை வளர்த்துக் கொள்ள அழைத்தார்-- சொல்போற்றல். குறள் எண் **644** இல் வள்ளுவர் தமது நம்பிக்கையை அறிவிக்கிறார்:-

> சொற்களின் சக்தியை முழுமையான தெரிதலுடன்
> அவற்றின் பயன்பாட்டைமுடிவு செய்யும்
> திறனை விடச் சிறந்த நற்குணம் இல்லை;
> அது உண்மையிலேயே உயர்ந்த செல்வமும் ஆகும்.

மார்க்கஸ் ஆரொலியஸ் கூட, பேச்சில் அமைதியைப் பயன்படுத்தப் பரிந்துரைத்தவர், திறமை மற்றும் வேறுபடுத்தும் திறமை உள்அடக்கமாகும் தவிர்க்க முடியாத சொல்லில் மனித இனத்தின் தலையாய பண்பு குடிகொண்டிருக்கிறது என்று சொல்லும் அளவுக்குப் போனது கிடையாது.

தன் வெளிப்பாடு எனப்படும் போராட்டத்தில் ஈடுபட்டுள்ள ஒவ்வொருவரும் சொற்கள் பயன்பாட்டில் முழுத் திறன் பெறுவது கிடையாது மற்றும் வள்ளுவர் வெறுப்புடன் குறிப்பிடுகிறார், மனிதர்களுக்கு, படித்த மற்றும் படிக்காதவர்கள், இவர்களுக்கு உள்ள துன்ப-இன்பம் கூடிய காமம், அவற்றைப் பயன்படுத்த அவருக்குள்ள திறனைப் பார்க்கும் போது, அளவுக்கு அதிகமாக இருப்பது போல் தோன்றுகிறது.

> ஒரு சில சொற்களைக்கூட தவறின்றிப்
> பேச இயலாதவர்கள்
> காமுறுகின்றனர், கடைசியாக!
> பல்சொல் பயன்பாட்டுப் பேச்சைப் பெரிதும் **(649)**

> தாங்கள் கற்றதை
> மற்றவருக்கு விளக்கத் தெரியாத மனிதர்கள்,
> மலர்ந்து விடினும்
> தமது மணம் வீசும் இயல்பைப்
> பெற்றிறாத மலர்களைப் போன்றவர்கள் (650)

அவை அறிதல் என்னும் அதிகாரத்தில் திருவள்ளுவர் சொற்களைக் கேட்போரின் தன்மைக்கு ஏற்றபடி தெரிந்து எடுத்துப் பயன்படுத்துவோரை சொற்களின் தொகை அறிந்த தூய்மையானவர் என்று விவரிக்கிறார் (குறள் எண்: 711). மனிதர்கள் சொற்களை அவற்றின் மிக நெருக்கமான புரிதலுடன் பொருள் உணர்ந்தவர்கள் திருவள்ளுவரின் கருத்துப்படி சொற்களின் நடையை அறிந்த அருளாளர் ஆக இருக்கிறார்கள். (712). நற்செயல் என்று பட்டியல் இடப்பட்டுள்ளவற்றில் தலையாயது அடக்கம், இது மூத்த வர்கள் கூடியுள்ள மன்றத்தில் முதலாவதாக பேசத்துடிக்கும் மனிதனை அடக்கி வைக்கிறது (715). குறள் எண் 716-ல், வள்ளுவர் சரியான சொல்லை சொல்லுவதற்கான அவரது கவலையை ஒரு சொற்குற்றம் இழைக்கும் பேச்சாளர் சான்றோர் கூடி இருக்கும் அவையில் நல்வழியில் இருந்து தீய வழிக்குப் போவார் போன்றவர் என்று கூறி வலிமைபெறச்செய்கிறார்.

> சான்றோரின் கற்றல்
> மிகவும் ஒளிமயமாகும்
> சொற்களைத் தேர்வு செய்வதில்,
> என்றும் தவறாதார் முன்னே. (717)

நேர்மாறாக, மனிதர்கள் அறிந்தோர் கூடிய அவைக்கு முன்னே உளத்தைத் தொடும் வண்ணம் பேசக்கூடியவர்கள் மறந்துங்கூட, முட்டாள்கள் கூட்டத்துக்கு முன்னே பேச மாட்டார்கள் (எண்: 719)

வள்ளுவர் பல்வகை கேட்போருக்கு முன்னே உரையாடல்களை நிகழ்த்துபவர்; உணர்வற்ற மற்றும் மறுமொழி கூற இயலாத கேட்பவர்கள் வள்ளுவருக்கு கோபமூட்டி அவரின் வருத்தமான உணர்வைக் கீழ்க்கண்டவாறு வெளியிடச் செய்கின்றனர்:-

> நுண்ணறிவில் உங்களுக்குச் சமம் இல்லாத,
> இவ்வகை மனிதர் முன் உரையாடல்,
> தேனைக் காலிசெய்து
> கால்வாயில் ஊற்றுவது போன்றது. (720)

திருவள்ளுவர்

ஒருவர் ஆச்சரியப்படுகிறார் வழிபோக்குப் பேச்சாளர் மற்றும் இலண்டன் ஹைட் பூங்காவில் காணப்படும் மேடைப்பேச்சாளர் போன்றவர்கள் 2000 ஆண்டுகளுக்கு முன்பு தமிழகப் பொது வாழ்வை ஊனமாக்கினார்கள் என்று. திருவள்ளுவர் 10 குறள் பாக்கள் கொண்ட முழு அதிகாரத்தையும் செலவழிக்கிறார் மிக முக்கிய தேவையான பயனற்ற மற்றும் வீணான சொற்களையும் கட்சிப் போர்க்குரல்களையும் தவிர்ப்பதற்கு. அக்காலத்தைய பேச்சாளர்களுக்குக் கீழ்கண்டவாறு அறிவுரை கூறுகிறார்:-

> நீங்கள் தீமை கொண்டு வரும்
> சொற்களைக் கூட சொல்லலாம்;
> ஆனால் சொல்ல வேண்டாம் -
> வெற்று மற்றும் பயனற்றச் சொற்களை   (197)

வள்ளுவர் ஆய்வற்ற பொதுமக்கள் கருத்தினால் விளையும் மற்றும் வளரும் இழிபொருள் மற்றும் பொய் பற்றிய பொது மேடைகளில் உணர்வற்ற பேச்சைத் தெரிந்திருந்தார். அதன் விளைவாக, அவர் தன்னுடைய கோபத்தை பேசுவோரிடமிருந்து அதை உணர்வுக் கொந்தளிப்பில் பாராட்டுவோர் பக்கம் திரும்பி அவர் சொன்னார்:-

> வெற்று வார்த்தைகளைப் பாராட்டும் ஒருவன்,
> தவறாக மனிதன் என்று அழைக்கப்படுகிறான்
> அவன் மனிதருள் பதர் என்று அழைக்கப்படவேண்டும்.
> (196)

தமிழ்ச் சமுதாயம், இரண்டாயிரம் ஆண்டுகளுக்கு முன்பே, இத்தகைய வசை மொழியை வரவழைத்துக்கொண்டது, தற்காலத்திய போலிப்பசப்பூட்டும் வெற்றிடங்களைப் பொது வாக பெற்றிருக்க வேண்டும்.

பொதுமேடைகளில் பேசுவது ஒரு சனநாயக நற்பண்பு மற்றும் அது செழுமையாக சனநாயக அமைப்புகளில் தான் வளரமுடியும். உத்திரமேரூர் 10 ஆம் நூற்றாண்டுக் கல்வெட்டில் குறிப்பிடப்பட்டுள்ளது தமிழ் நாட்டில் பல்வேறு நிர்வாக மற்றும் சட்டமன்றம் சார்ந்த அமைப்புகளுக்கான தேர்தல்கள் ஓட்டுப் பெட்டியைப் பயன்படுத்தி நடந்துள்ளன; வாக்காளர் தனக்குப் பிடித்த தேர்வு நாடுபவரின் பெயரை ஒரு பனை ஓலையில் எழுதி ஓட்டுப் பெட்டியாகப் பயன் படுத்தப்படும் பானைகளுக்குள் போடுவார்கள். அகநானூறு 77 வது பாடலில் (கி.பி. முதலாம் நூற்றாண்டைச் சார்ந்த) குடஓலை (பனைஓலை வாக்குச்சீட்டு

கள் பானைகளில் போடப்படுபவை) பற்றிய குறிப்பு உள்ளது. மேற்கண்டவற்றிலிருந்து தெளிவாகிறது வள்ளுவர் காலத்தில் மிகு அளவில் பேச்சாளர்கள் தமிழ்நாட்டில் நடமாடினார்கள் மதமாற்றத்துக்காக மட்டுமல்ல, வாக்காளர்களைக் கண்டு மற்றும் அவர்களின் வாக்கைப் பெறுவதற்காகவும் தமிழ்நாட்டில் நடமாடினார்கள்.

இதுபோன்ற பேச்சுகளால் அவமதிக்கப்பட்டு, வள்ளுவர் மிகவும் கடுமையாகக் கண்டித்த குறைகளை விளக்கினவை, அது ஒரு குறைவான வியப்பார்வம், திருவள்ளுவர், சொற்தவம் நடத்தி வருபவர், சொற்பயன்பாட்டில் கடுமையான ஒழுங்கு இருக்க வலியுறுத்தியவர் - மனிதர்களுக்குத் துல்லியத்தைப் பின்பற்றுவதிலும் மற்றும் மொழிப்பயன்பாட்டில் உள்ள வேறுபாடுகள் அடைவது ஆகியவற்றை விட சிறந்த பண்பாடு இல்லை என்று அறிவித்தார்.

7 புலன் வழி இன்ப நுகர்வு

குறளின் மூன்றாவது படலம், காமத்துப்பால், புலன்வழி தட்பவெப்ப நிலையை உடையது எல்லா வாழ்வையும் அன்பு என்று உருகச்செய்கிறது. இந்தப் படலத்தில் உள்ள குறட்பாக்களில் அன்பு கரடுமுரடான உடல் அடிப்படையில் இருவருக்கும் தோன்றும் அரிப்பு, ஒருவருக்கொருவரான பாலியல் உணர்வு ஆகியவற்றை உணர்த்தும் நிலையில் இருந்து மேலே உயர்ந்து விடுகிறது. ஒரு போலி நாணம் கொண்ட ஆங்கிலேயர் முதல் இரண்டு படலங்களையும் மொழிபெயர்த்துவிட்டு மூன்றாவது படலத்தை மொழிபெயர்ப்பதற்குத் தயக்கம் தெரிவித்து, சொன்னார், மொழிபெயர்ப்பாளரை இழிவு படுத்தாமல் அதை எந்த ஐரோப்பியமொழிலும் மொழிபெயர்க்க இயலாது. மற்றொரு ஆங்கிலேயர் இந்த அறிவிப்பைத் தவறு என்று மறுத்தவர் சொன்னார், 'நான் வற்புறுத்தப்படுகிறேன் அது அதன் போக்கில் முழுவதுமாகத் தூயது மற்றும் அதன் உள் நோக்கில் அறிவு முதிர்ச்சி மற்றும் உயர்ந்த ஆத்ம ஞானம் உடைய செய்யுள் அமைப்பிலும்'. இப்படிப்பட்ட வேறுபட்ட கருத்து தவறான புரிதல் வகையை விளக்குவதோடு மனித இருப்பைப் பற்றிய மையக் கருத்தை மூடி மறைக்கிறது. வள்ளுவர் பாலியல் உணர்வுக்கு ஒரு முழுமையான மதிப்பைப் பெற்றிருந்தார் மற்றும் அதைப் பற்றிய அவரின் அணுகுமுறையில் எந்த ஒளிவு மறைவையும் பெற்றிருக்கவில்லை. அவர் சொல்வதைப்போல:-

> **மலரைவிட மென்மையானது காமம்**
> **மற்றும் ஒருசிலர் மட்டுமே**
> **அதன் மெல்லிய தன்மை அறிந்து பயன் பெறுவார்**
> ***(1289)***

ஒரு காதலர், தன் ஆன்மாவை அன்புக்குடையாளின் முடிவற்ற வகைகளைக் பார்த்துச் சுருக்கிக்கொண்டு, இந்தத் தடைசெய்யும் மற்றும் நினைவு வளர்க்கும் சிந்தனையை வழங்குகிறார்:-

> **எவ்வளவு அதிகம் தெரியும் என்று அறிகிறோமோ**
> **அந்த அளவுக்குத் தெரியாதையும் அறிகிறோம்;**
> **அதைப்போல,**

எந்த அளவுக்கு நீ இந்தப் பெண்ணை அனுபவிக்கிறாய்;
அந்த அளவுக்குத் தெரியும் நீ அனுபவிக்கவில்லை என்று.
(1110)

இன்று பெற்ற புதிய அனுபவம் நமது நேற்றைய அறியாமையை வெளிப்படுத்துகிறது, இக்கருத்து சான்றோரால் நம்பமுடியாத நல்லெண்ணத்துடன் காமத்துக்குச் செயற்படுத்தப் படுகிறது, மற்றும் அந்தக் காதலர் கண்டுபிடிப்பு என்ற பயணத்தில், நேற்றய அனுபவங்கள், இன்றைய அனுபவங்களுடன் ஒப்பிடும் போது, ஒன்றும் இல்லாதனவாகின்றன.

ஒரு காதலரும் அவரது அன்புடையாளும் கிளர்ச்சியூட்டும் நெருக்கத்தில் இருக்கிறார்கள். காதலர் சொல்கிறார்:-

ஒரே காலத்தில் ஒரு கணத்தில் நிகழ்கிற,
அவள் கொடுக்கிறாள் அனுபவங்கள்
ஐம்புலத்தின் ஐந்து-
தொடுதல், சுவைத்தல்,
பார்த்தல், நுகர்தல், கேட்டல். ***(1101)***

இயற்கையாக, காதலர், பாலியலில் இருந்து தலையான உணர்ச்சி விழிப்புள்ள நிலையை அடைகின்றனர். அவர்களின் கூடுதலில், இன்பம் தருவதை அறிந்து மகிழ்பவர், அதாவது, அனுபவிப்பவர், இன்பம் பெறுவதற்கு பயன்படுபவர் (அனுபவிக்கப்பட்டவர்) மற்றும் மனதிலும் உணர்விலும் பதிந்துள்ளது (அனுபவம்) என்ற வேறுபாடு கிடையாது. ஆகவே ஆசிரியர் கேட்கிறார்:-

சொர்க்கம் அதிகம் இனியதா
மெல்லிய தோள்களை உடைய
நீ விரும்பும் மங்கையுடன் உறங்குவதைவிட? ***(1103)***

வள்ளுவர் பல உருவங்காட்டும் விளையாட்டுக்கருவியை திருப்பி எப்பொழுதுமே மாறிக்கொண்டிருக்கிற காமத்தைப் பார்க்கச் செய்கிறார். வெளிநாடு செல்லுகிற காதலர் தனது காதலியிடமிருந்து விடைபெற வருகிறார். பிரிந்து வாழும் பாதிப்பைத் தாங்கமுடியாத காதலி, கடுந்துயரில் கதறுகிறார்:-

உன்னுடைய முடிவு
போகாமல் இருப்பதென்றால்
என்னிடம் சொல்லலாம்,
கடுமனம் கொண்ட திரும்பல் நீ சென்றதற்கு பின்
சொல், யார் உயிருடன் உளாரோ அவரிடம். ***(1151)***

ஓமியோபதி மருத்துவத்தில், ஒரு நோயாளிக்கு நோயைக் குணப்படுத்த நோயைக் கொடுக்கும் மருந்து கொடுக்கப் படுகிறது அலபதி மருத்துவத்தில் இதற்கு எதிரான கொள்கை பின்பற்றப்படுகிறது. திருவள்ளுவரின் காதலர் இந்த இரு கொள்கைகளையும் உணர்ந்தவர்; அவரின் காதலியைப் பற்றிக் கூறுகிறார்:-

> ஒரு நோயைப் போக்குகிற மருந்து
> அதற்கு எதிர்ப்பானது ஆகிறது;
> ஆனால் இந்தப் பெண் தூண்டுகிற நோய்க்கு
> அவள் மட்டுமே மருந்து. (1102)

அவர் மேலும் சொல்கிறார்:-

> இந்தப் பெண்ணுக்கும் எனக்கும் இடையில்
> உள்ள நட்பு, உடம்புக்கும் உயிருக்கும் இடையில் உள்ள
> நட்புறவைப் போல் இருக்கிறது. (1122)

பிரிந்துள்ள காதலன் அவளது தோழியிடம் கூறுகிறான்:-

> நெருப்பை நீ தொட்டால் அது உன்னை எரிக்கிறது;
> காதல் நோயைப் போல், அது
> எரிக்குமா உன்னை அப்பால் நீ இருக்கும் போது? (1159)

தூக்கத்தில், உள்ள-காதலி அவள் காதலர் பற்றி தொடர்ந்து கனவு கண்டுகொண்டிருக்கிறாள்; ஆனால் அவள் விழித்த உடன், கனவு திடீரெனத் தடைப்படுகிறது மற்றும் அவளின் வருத்தம் தருகிற பிரிவை அவள் மனதுக்குக் கொண்டு வந்து, அவள் மேலும் வருந்துகிறாள்:-

> அந்தச் சிதறச் செய்கிற விழித்தல் அங்கே இல்லை என்றால்,
> காதலர், கனவில்
> எப்போதும் இருப்பார் பிரியாமல். (1216)

வாழ்வாதாரம் தேடித் தூரத்தில் உள்ள நாட்டுக்குச் சென்றுள்ள கணவனை நினைத்துக் கொண்டு, மனைவி முறையிடுகிறாள்:-

> நான் தூங்குகிற பொழுது,
> அவர் என் தோள் மேல் படுத்திருக்கிறார்,
> ஆனால் நான் கண்விழித்த உடனே
> அவர் ஓடிவிடுகிறார், எனது இதயத்துக்குள்! (1218)

திருமணத்துக்கு முந்திய காதலின் வேறுபட்ட மனநிலைகள் வள்ளுவரால் முனைப்புடன் வெளிக்கொண்டுவரப் படுகின்றன. ஆயிரம் போர்களில் பங்கு பெற்ற தலைவன் மென்மையானப் பெண்ணைக் காதலிக்கிறான் மற்றும் அந்தப் பெண்ணைப்

பார்த்ததும் அவனது கடிய இதயத்து வீரம் எழுச்சி அடங்குகிறது, அவன் முறையிடுகிறான்:-

> எனது கம்பீரமான ஆளுமை கண்டு,
> போர்க்களத்தில் எனது எதிரிகள் நடுங்குவர்,
> எப்படி அது உடைகிறது,
> ஒளி பொருந்திய நெற்றி உடைய இந்தப்
> பெண்ணைப் பார்த்ததும்! (1088)

முதல் பார்வையில் இந்தப் பெண் வெட்கத்தில் இருந்தாள், ஆனால் இறுதியாக இந்தக் காதலரின் முனைந்து கூறப்படும் காதல் மொழிகளுக்குப் பணிந்தாள். அதனை அவள் பின்னால் எண்ணிப்பார்த்து வியப்புறுகிறாள்:-

> எனது இதயத்தைத் திருடியவருடைய கவர்ச்சி பல்வகை;
> அவர்தம் அடிபணியும் மொழி
> ஆயுதமாகும்
> பாதுகாப்பு உடைக்கப் படுகிற
> பெண்மைத் தன்மைக்கு! (1258)

முதல் சந்திப்பில், இருவருக்குமிடையில் ஒரு நீண்ட கவர்ச்சிப் பிரிவுக்குப் பிறகு, அந்தப் பெண் அவள் காதலர் தன்னைப் பார்க்கக் கூட வரவில்லை என்று கோபமும் குறையும் பட்டுக்கொண்டு அவள் வெளிவருகிறாள்:-

> யாருடைய இதயங்களெல்லாம் நெருப்பில் இட்ட
> கொழுப்பு போல் உருகுகின்றனவோ-
> அவர்கள் எந்தத் துணிவில் சொல்லக் கூடும்,
> நாம் நிற்போம் உறுதியுடன் பிரிவில், என்று! (1260)

அவளுடைய காதலரின் காமம் அவளுடையது போன்று வலுவாக இல்லை என்று அந்தப் பெண் சந்தேகப்படுகிறாள். தனது இதயத்தை விளித்து அவள் சொல்கிறாள்:-

> நீ பார்க்கிறாய்- அவருடைய இதயம் அவருடன்
> ஒட்டிக்கொண்டு இருப்பதை,
> ஓ இதயமே, நீ ஏன் எனக்குத் துணையாகாமல் இருக்கிறாய்? (1291)

ஒரு காதலன், அவனைப் பொறுத்தவரை, துன்பம் குறைவாக இருக்கவில்லை. அவனின் கடுந்துயரைக் கீழ்க்கண்ட குறளில் குறிப்பிடுகிறான்:-

> இதற்கு முன் சாவு என்றால் என்னவென்று எனக்குத்
> தெரிந்ததில்லை;
> இப்பொழுது நான் அதை அறிகிறேன்
> அது பெண்ணுருவுடன் பெரிய போர்தொடுக்கும்

கண்களைப் பெற்றிருக்கிறது.   (1083)

தன் உள்ளக் காதலியின் முகத்தை அது நாணத்தில் உள்ளது போல் நினைவுபடுத்திக்கொண்டு அவன் சொல்கிறான்:-

> அவள் அணிகிறாள் நாணத்தையும் மான்குட்டியின்
> வஞ்சகமற்றப் பார்வையையும்;
> அவள் அழகை ஏன் பாழ் படுத்த வேண்டும்
> ஆபரணங்கள் அவளைச் சுமக்கச் செய்து.   (1089)

அவன் அவளுடைய இனிய, சிறிய சைகைகள் அவனுடைய காதலுக்கு வலுவூட்டும் தன்மையை நினைவு படுத்திக் கொள்கிறான்:-

> எனைப் பார்த்தாள், பார்த்துக் கொண்டே, தலைகுனிந்தாள்,
> அந்தச் சைகை நீர் ஊற்றியது
> எங்கள் காதற் பயிருக்கு.   (1093)

அவனுடைய கவனத்தைக் கவர்வதற்கு நாணம் ஒரு கருவியாய் இருப்பது போலத் தோன்றியது:-

> நான் அவளைப் பார்த்தபோது,
> அவள் கீழே குனிந்து நிலத்தைப் பார்ப்பாள்,
> நான் தூரத்தில் பார்க்கிறபோது,
> அவள் என்னைப் பார்த்துப்
> புன்முறுவல் பூப்பாள்   (1094)

பாலியலும் பொறாமையும் இரட்டைச் சகோதரிகள். எனவே காதலில் உள்ள பெண் தன் காதலனை முழுவதுமாக தனக்காக மட்டும் அடைய விரும்புகிறாள். ஆனால் அவன் மற்றப் பெண்களின் பார்வைக்கு, அவனின் அழகை பருகுவோருக்கு இலக்காகிறான் என்று அவள் காண்கிறாள். இது அவளுடைய பொறாமையைத் தூண்டுகிறது மற்றும் அவள் முறையிடுகிறாள்:-

> எல்லாப் பெண்களின் கண்களும் பொதுவாக
> உனது வனப்பைப் பருகுகின்றன;
> ஆகையால்,
> நான் உனது தகுதியற்ற மார்பைத் தழுவ மாட்டேன்.
>   (1311)

இது ஒரு உளவியல் முரண், எப்பொழுதெல்லாம் அவள் தன் காதலரை விட்டு எட்டி இருந்தால், அவருடைய குறைகளைப் பற்றிச் சிந்திக்கிறாள், ஆனால் அவரைப் பார்த்த அதே கணத்தில் அவருடைய குறைகளெல்லாம் உருகிவிடுகின்றன. அவள் குறிப்பிடுகிறாள்:-

அவர் என் கண் முன் இருந்தால்
நான் ஏதும் காண்பதில்லை அவருடைய குற்றமாக
ஆனால் அவர் என்னை விட்டுப் போய்விட்டால்,
குறையற்ற எதையும் நான் அவரிடம் கண்டதில்லை. *(1286)*

அவள் தன் காதலன் இல்லாத நேரத்தில் இருக்கப் பழகியதைப் பற்றி ஒரு புதுமையான விளக்கத்தைக் கொடுக்கிறாள்:-

உனக்குத் தெரியுமா நான் ஏன் இருக்கிறேன் என்று?
நான் அவருடன் இணைந்து இருந்த.
அந்த நாட்கள் நினைவுடன் இருக்க. *(1206)*

காதலரைப் பொறுத்தவரை, அவரது உள்ளத்துக்கு இனியாளின் பொறாமை வெயிடப்படுகிறது கீழ்க்கண்டவாறு:-

நான் உன்னை மற்றவரைவிட அதிகமாக விரும்புகிறேன்
அவள் படபடத்துச் சினம் பொங்க,
சொல்லிக்கொண்டு
மற்றவரைவிட?மற்றவரைவிட?
யாரைவிட? யாரைவிட? *(1314)*

காதலர் மீது ஐயுறுகிற தலைவி, பிரிவு சமயத்தில், காதலரின் தூதுவரைக் கனவில் கண்டு, விழித்துக்கொண்டு, கனவுக்கு நன்றி தெரிவிக்க விரும்புகிறவள் சொல்கிறாள்:-

எப்படிப்பட்ட விருந்துடன்
கொண்டாடுவேன் இந்தக் கனவை?
என்னுடைய காதலரின் தூதுவரைக்
கொண்டு வந்த கனவை. *(1211)*

காமத்துப்பாலில் உள்ள குறள்கள் புலன் வழி இன்ப நுகர்வின் எல்லா முகப்புக் கூறுகளையும், அதனின் இயல்புகள் அனைத்தையும் தெளிவாக வெளிக்கொணர்கின்றன.

8 குறள் வடிவமைப்புக் கொள்கைகள்

குறள் 133 அதிகாரங்கள், ஒவ்வொரு அதிகாரத்துக்கும் 10 குறள்கள், இதன் வடிவமைப்பை ஆராய்வது உள்ளத்தைக் கவருவதாகும், இந்த 133 அதிகாரங்களும் பரந்த மூன்று தலைப்புகளுக்குள் வகைப்படுத்தப்படுகின்றன. முதல் தலைப்பு அறத்துப்பால், அதாவது, அறம் அல்லது கடமை தொடர்புடைய நூற்பகுதி, 380 குறட்பாக்களைக் கொண்டது. இரண்டாவது பொருட்பால் அல்லது செல்வத்தோடு தொடர்புடைய நூற்பகுதி, 700 குறட்பாக்களைக்கொண்டது. மூன்று மற்றும் கடைசியானது காமத்துப்பால் அல்லது புலன் வழி இன்ப நுகர்வு, 250 குறட்பாக்களைக்கொண்டது. பெரும் பாலான நூலாராய்ச்சியாளர்கள் நிரூபிக்கப்படாத ஆதாரமற்ற கருத்துடன் அணுகி, அதன் அடிப்படை சமஸ்கிருத கொள்கைகளான தர்மம், அர்த்தம், காமம் மற்றும் மோட்சம் என்று சிலரால் நம்பப்படுவதை உண்மை என்று ஆக்க முனைவது போல் தோன்றுகின்றது

இந்தக் கொள்கையைப் பரப்புகிறவர்கள், ஏன் திருவள்ளுவர் மோட்சத்தை (விடுதலையை), அதற்குச் சமமான தமிழ்ச் சொல் வீடு, பற்றிப் பேசத் தவறுகிறார் என்பதை விளக்க முற்படுவோர் இயல்பான விளக்கங்களை அளிக்கத் தவறுகிறார்கள். ஒரு குறைகூறும் கிறித்துவ மதபோதகர் கருத்துப்படி திருவள்ளுவர் விடுதலை அல்லது வீடு பற்றிப் பேசவில்லை; ஏனெனில், தமிழ் மக்கள் அந்த உயரிய நிலைக்கு தகுதியானவர்கள் இல்லை என்று ஒருவேளை, அவர் நினைத்திருக்கலாம். ஆனால் மற்றவர்கள் அதனின் விடுபடலை விளக்கி உள்ளார்கள். வீடு குறிப்பாகப் பேசப்படவில்லை ஏனெனின் இயற்கையான வரிசைப்படி அறம், பொருள் மற்றும் காமம் நடைமுறைப்படுத்தப்பட்டால் வீடு எழும் என்று திருவள்ளுவர் நம்பியதை காரணம் காட்டி மற்றவர்கள் விளக்கினார்கள். திருவள்ளுவர் வீடு அல்லது மோட்சம் பற்றிப் பேசத்தவறுவது செயற்பாட்டுக்கு உதவும் பார்வையை மட்டும் எடுத்துக் கொள்வது என்ற அவரின் முடிவினால் என்று ஜி. யூ. போப் விளக்கினார். ஜி.யூ.போப் மேலும் அவர் ஊகித்துச் சொல்கிறார் வள்ளுவர் ஒருவேளை மனநிறைவு அடையவில்லை மனிதனின் எதிர்காலம் பற்றி அவரடைந்த துணுக்குப் பார்வையினால்

மற்றும் அதன் விளைவாக, ஒளிக்காகக் காத்திருந்தார் என்றும் நம்பினார். இருப்பினும் சரியான ஊகித்துணர்வு என்ன வென்றால் திருவள்ளுவரின் வகைப்பாடு சம்ஸ்கிருத வகைப்பாட்டிலிருந்து முற்றிலும் வேறுபட்ட கொள்கைகளின் அடிப்படையில் ஆனது என்பதே. அறத்தின் பொருள், திருவள்ளுவரால் விளக்கப் பட்டுள்ளபடி, அறநூல்களில் விளக்கப்பட்டுதை விட முற்றிலும் மாறுபட்டது. திருவள்ளுவர், அறநூல்களில் உள்ள மாறுப்பட்ட அறங்கள் மாறுபட்ட சாதிப் பிரிவினருக்கு என்ற கொள்கைய்யைப் பின்பற்றுபவர் அல்ல. வள்ளுவரின் அறம் சார்ந்த கோட்பாடு இயல்பில் பிரபஞ்சம் சார்ந்தது.

ஒரு தனி மனிதனின் கடமைகளை, அவன் பரிணாம வளர்ச்சியில் வேறுபட்ட நிலைகளைக்கடக்கும் போது எப்படி இருக்க வேண்டும் என்பதை அவர் வரையறை செய்கிறார். அவர் ஒரு தனி மனிதனின் கடமைகளை, குடும்ப உறுப்பினராக, உறவு முறையில் அவனது பெற்றோர், மனைவி மற்றும் குழந்தைகள், மற்றும் சமுதாயத்தின் உறுப்பினர், உறவு முறையில் சமுதாயத்தின் மற்ற உறுப்பினர்களுடன், நல்ல, மோசமான, நல்லதல்லாத, மற்றும் உறவு முறையில் நாட்டின் குடிமகனாக, உறவு முறையில், நாட்டின் ஆட்சியாளர் என்ற உறவு முறையில் எல்லாம் வரையறைசெய்கிறார். இந்த எல்லா உறவு முறைகளிலும், அவன் தனது இனிய எண்ணத்தை வெளிப்படுத்தவும் சரியான செயற்பாடுகளில் ஈடுபடவும் தேவைப்படுகிறது.

திருவள்ளுவரின் ‘அறம்’ தமிழரின் கோட்பாடு என்றும் மற்றும் அது சமஸ்கிருதக் கொள்கையான ‘தர்மத்துடன்’ எதுவும் பொதுவாகக் கொள்ளவில்லை என்பதுவும் இவ்விதமாகக் காணப்படுகிறது.

திருவள்ளுவரின் பொருட்பால் கோட்பாடு சமஸ்கிருதக் கொள்கையான அர்த்தா என்பதுடன் ஏதும் இணயாகக் கொள்ளவில்லை என்பது மறக்கமுடியாதது. அரசுக்கலையைப் பற்றிப் பேசும் அர்த்த சாஸ்த்ரா போல் இல்லாமல், பொருட்பாலில் சில அதிகாரங்கள் மட்டுமே அரசுக்கலை, தலைமையுரிமை பற்றிப் பேசுகின்றன மற்றும் குறளில் எப்பொழுதாவது அரசன் பற்றிய கருத்து பேசப்படுமானால் அது தெய்வீக உரிமையற்ற அரசனைப் பற்றியும், நற்குணத்தில் இருந்து விலகாத அரசனைப் பற்றியும் மற்றும் தீமையிலிருந்து தன்னைக் காத்துக்கொள்ளும்

அரசனைப் பற்றியும் தான் இருக்கும். அரசன் அல்லது அரசி குடிமக்களின் நற்குணம், கருத்தியல் ஆகியவற்றின் மொத்த உருவமாக வருணிக்கப்படுகிறார்கள். பல அதிகாரங்கள் பற்றுடன் மையப்படுத்தப் பட்டிருக்கிற இப்பகுதியில், சுயமரியாதை, உண்மையுடன் இருத்தல், நல்லொழுக்கம் மற்றும் குடிமகனின் தன்மானம் மற்றும் சிறப்புடைய தேவைப்படுகிற நற்குணங்கள் பாதுகாப்பதற்கும் மற்றும் உயர்த்துவதற்கும் மனிதர்களுக்கு இடையிலான சமூக அரசியல் உறவுகள் ஆகியவை இடம் பெறுகின்றன. வள்ளுவர் நூலின் முதற்பகுதியில் ஒருதனிமனிதனின் உள் ஆன்மீக வளர்ச்சியை விவாதித்தற்குப் பிறகு, இதைக் குறித்துக் கொள்வது முக்கியம், இரண்டாவாது நூற்பகுதியான பொருட்பாலில், அத்தகைய ஒருவரின் பொதுவாழ்வைப்பற்றி, அதாவது சமுதாயத்தைப் பற்றிப் பேச முற்படுகிறார். மேலீடாக, இது திருவள்ளுவரின் கருத்து, ஒரு மனிதன் தனது ஒழுக்கம், பண்பாடு, ஆன்மீக முதிர்ச்சி ஆகியவற்றால் செயல் விளக்கம் கொடுத்தவன் அல்லது வெளிப்படுத்தியவன், அவனது மதிப்பை ஒரு தனிமனிதனாக உறுதிசெய்தவன், பொதுவாழ்வு எனப்படும் அகலமான பகுதியில் நுழையத் தகுதிஉடையவன் ஆகிறான். அங்கே வெற்றிகரமாக தனது பங்கை அளிக்க வல்லவனும் அவனே. வள்ளுவரின் பொருட்பாலுக்கு மதச்சார்பின்மை சமுதாய ஒழுக்கம் புகட்டப்படுகிறது, இவை தெய்வீக உரிமைக் கொள்கை மற்றும் வர்ணாசிரம தர்ம முறை ஆகியவற்றிலிருந்து முற்றிலும் மாறுபட்டவை என்பது இவ்வாறாகக் காணப்படும்.

மூன்றாவது நூற்பகுதியான காமத்துப்பால் பக்கம் திரும்பினால், இது சமஸ்கிருதத்தில் உள்ள காம சாஸ்திரத்திலிருந்து பொருள் வழி முழுதும் வேறுபட்டது என்பதை அறியலாம். இது இரு உட்பிரிவுகளாகக் 'களவியல்', 'கற்பியல்' என்று பிரிக்கப்பட்டிருக்கிறது. களவியல் திருமணத்துக்குரிய கூடல், சடங்குகள் அல்லது சமயம் சார்ந்தவை எதுவும் பின் தொடரப்படாதது, மற்றும் திருமணத்துக்கு முன் காதல் முன்வரத்தக்கது. இது தமிழர்களது என்று கூறுவதற்கு ஏற்றத் தனித்தன்மை கொண்டது. கற்பியல் திருமணத்திகுரிய காதல். பாலியல் புறநிலை மெய்மை சார்ந்த மற்றும் அறிவியல் பகுப்பாராய்ச்சி, பாலியல் நிற்கும்நிலை ஆகியவற்றை ஆராயும் காமசூத்திரத்திரத்தைப் போன்று இல்லாதது, திருவள்ளுவரின் காமத்துப்பால் மனிதனுக்கும் பெண்ணுக்கும் இடையில் உள்ள

உயர்ந்த கவிதை காட்டும் காதலின் ஏராளமான வகைப்பாடுகள் மற்றும் நாடகம் மற்றும் உணர்ச்சிப் பாடல்கள் உள்ள சூழலில் வைக்கப்பட்டுள்ளது. இதற்கு முன்னே உலக இலக்கியங்கள் எதிலும் புலன் வழி இன்ப நுகர்வு இவ்வளவு வேறுபட்ட முழுமையுடன் அல்லது இத்தகைய ஊடுருவும் உள்நோக்குடன் விளக்கப்படவில்லை. இல்லற வாழ்வை மகிழ்ச்சியுடன் வாழ்ந்தவர், தமது காதலர்களின் உணர்வு ஓவியங்கள் வரைவதன் மூலம் வள்ளுவர் அமைதி நலங்கனிந்த மன நிலைவைப் பெற்றார். அவர் கேட்கிறார்:-

மது, குடித்தவுடன் தான் கிளர்ச்சியூட்டும்,
காதலைப் போல கிளர்ச்சியூட்ட
முடியுமா வெறும் பார்வையில்? *(1090)*

அவருடைய இந்தக் காதலர் தனது காதலியின் தீயில் தன்னைச் சிறிதே எரித்துக் கொள்ள ஏங்குகிறார், இது என்ன வகை நெருப்பு?

வள்ளுவருடைய காதலர் இந்த நெருப்பால் திணறுகிறார் மற்றும் குழப்பத்தில் ஆழ்த்தப்படுகிறார்:-

அவளிடமிருந்து நான் அகன்றால்,
அது எரிக்கிறது என்னை
அவளை நெருங்கிப் போனால், குளிர் எனக்குக் கொடுக்கிறது;
இந்தப் புரியாத நெருப்பை அவள் எப்போது பெற்றாள்!
(1104)

இவ்விதமாக, வடமொழிக் காம சூத்திரத்திற்கும் வள்ளுவரின் காமத்துப்பாலுக்கும் இடையில் இணையேதும் இல்லை என்று பார்க்கப்படும். ஆகையால், வள்ளுவரின் அறம், பொருள், இன்பம் வகைப்பாடு வடமொழியிலுள்ள தர்மம், அர்த்தம், காமம், மோட்சம் என்ற வகைப்பாட்டோடு ஒத்திருக்குமாறு அமைக்கப்பட்டுள்ளது என்று கூறுவது தவறானது மற்றும் வள்ளுவர் ஏதோவிளக்கப்படாத காரணத்துக்காக மோட்சம் அல்லது ஆன்மாவின் விடுதலையை ஒரு தனிப்பகுதியில் கையாளாமல் விட்டுவிட்டார் என்று நினைப்பதுவும் தவறு. மறைபொருள் ஆராய்ச்சியோடு இணைந்த உறுதியற்ற எதிர்காலத்தைப் பற்றிப் பேசுவதை விடுத்து, வாழ்க்கையை முழுவதுமாக மற்றும் மதிப்பு மிக்கதாக என்றுமுள்ள இப்பொழுதில் வாழவேண்டும் என்பது குறித்து திருவள்ளுவர் அதிகம் கவலைப்பட்டார்.

மனித ஆன்மாவின் தேவைகளுக்கு அவர் முன்னுரிமை கொடுக்கத் தவறினார் என்பதல்ல. அவருடைய அறத்துப்பால் அதிகாரங்கள் ஆன்மீக அருள் பெறுவது, புலால் மறுத்தல், கொல்லாமை, தவம் இருத்தல், உண்மையுடன் இருத்தல், துறவு, ஆசை அழித்தல், கடைசி உண்மையை - உணர்தல், மதச்சார்பு அற்ற தனி மனித வாழ்வுக்குத் தெளிவான ஆன்மீக விருப்பு மற்றும் சொர்க்கத்தைப் பூமிக்குக் கொண்டுவரும் விளைவின் பயன் மற்றும் தன்னலமற்ற ஆனந்தம் நிகழ்கால உண்மையாக, தூரத்தில் உள்ள கனவாக இருப்பதற்குப் பதிலாக.

அவர் ஒரு குறளில் கூறுகிறார்:-

ஒருவர், பூமியில் எப்படி இருக்கவேண்டுமோ
அப்படி இருப்பவர்,
சொர்க்கத்தில் உறையும் கடவுளரோடு வைக்கப்படுவார்.
(50)

திருவள்ளுவர் ஆன்மீக ஆனந்தத்தை உணருகிற நிலையில், இங்கே இப்பொழுதே, பின்னால் அல்ல, நிறைவேற்றப்படுவதாய்க் கண்டார். ஆகவே அவர் வாசகரைக் கையை மென்மையாகப் பிடித்து அவரின் உள் மற்றும் புற வளர்ச்சி நிலைகளுக்கு அழைத்துச் செல்கிறார். அறத்துப்பாலில் உள்ள அதிகாரங்கள் 35-37 வரையிலும், பிறகு அவரே மிக உயர்வான ஆன்மீக அறிவொளியுடன் தொடர்பு கொள்கிறார். அது மனிதனுக்கு வலி மற்றும் மகிழ்வு, பிறப்பு மற்றும் இறப்பு ஆகியவற்றிலிருந்து விடுதலை அளிக்கிறது. திருவள்ளுவர் சொல்கிறார்:-

உன்னை எதிலிருந்து விலக்கிக்கொள்கிறாயோ
அது கொடுக்கக் கூடிய வலியிலிருந்து விடுதலை
பெறுகிறாய். (341)

எவன் 'நான்' 'எனது' என்ற உணர்வுகளிலிருந்து
விடுபடுகிறானோ
நுழைகிறான் - அவன் விண்ணுலகத்தாரின் உலகை விட
உயர்ந்ததொரு ஒரு உலகில். (346)

குறள் எண் 350 ல் அவர் பரிந்துரைக்கிறார் கடவுளுடன் இணைப்பை உலகத்தில் உள்ள பொருள்களின் இணைப்பில் இருந்து விடுபட:-

அவனுடன் உன்னை இணைத்துக் கொள்
இவ்வழியில்
உன்னை நீயே எல்லா இணைப்பிலிருந்தும் விடுவிக்க.

அவர் மேலும் சொல்கிறார்:-

தெளிவான பார்வை உடையார்க்கு,
சந்தேகங்களில் இருந்து தம்மை அறுத்தார்க்கு,
சொர்க்கம் பூமியைவிட அருகில் இருக்கும். *(353)*

மெய் உணர்தல் (உண்மை உணர்தல்) எனும் அதிகாரத்தில் அவர் சொல்கிறார்:-

அவரிடமிருந்து இருள் மறைகிறது
மற்றும் மகிழ்வு முகிழ்க்கிறது அவருக்கு
குறையற்ற பார்வையுடைய மனிதர்கள்,
தங்களைப் பொய்மையிலிருந்து அகற்றிக்
கொண்டவர்கள். *(352)*

வள்ளுவர் கொள்கை ஒன்றை வெளியிடுகிறார், அதன்படி பற்று மற்றும் ஆசை ஆகியவற்றால் கட்டப்பட்டுள்ளவர்களுக்கு, அவர்கள் சுதந்திரமாக இருக்கிறார்கள் எனத் தங்களைத் தாங்களே ஏமாற்றிக்கொன்ட போதிலும், உண்மையான சுதந்திரம் கிடையாது என குறள் எண் *365* இல் அவர் அறிவிக்கிறார்:-

சுதந்திரமாக இருப்பவர்கள் யார் என்றால்
ஆசையிலிருந்து சுதந்திரமாக இருப்பவர்கள்;
மற்றவரெல்லாம் ஒருபோதும் முழுச்சுதந்திரம்
பெறாதவர்கள்.

குறள் எண் *369*, வள்ளுவப் பெருந்தகை உறுதிமொழி அளிக்கிறார்:-

இந்தப் பூமியிலேயே
நீ தடைபடாத மகிழ்வை அனுபவிப்பாய்,
நீ ஆசையை அழித்துவிட்டால்,
அது துன்பங்களுக்கெல்லாம் துன்பமாக இருப்பதால்.

அவர் அவாவறுத்தல் (ஆசையை ஒழிப்பது) என்ற அதிகாரத்தை முடிவுக்குக் கொண்டுவருகிறார்:-

நிலை ஒன்றை நிறைவேற்று அதில்
தூண்டப்படாத ஆசை வெளியேற்றப்படும்;
அந்த நிலையில்
உனக்கு அழிவின்மை அளிக்கப்படும் பரிசாக. *(370)*

இந்தவிதமாக இது பார்க்கப்படும், திருவள்ளுவர் மோட்சம் பற்றி ஒரு ஒரு தனிப் புத்தகம் எழுதுவதைத் தவிர்த்தார்; ஏனெனில், அவர் பார்வையில், பூமியும் சொர்க்கமும் தனியான அமைப்புகள் அல்ல, மற்றும் சரியான நடத்தை பூமியில் உடன் சொர்க்க - ஆனந்தத்துக்கு வழிவகுக்கும், ஏனெனில் பூமியின் சகோதர- நெருக்கம் சொர்க்கத்துக்கு இருந்தது.

திருக்குறளின் பொருள் பற்றி பேசத் திரும்பி, 'திரு' என்றால் 'தூய்மையான' மற்றும் 'குறள்' என்பது 'சுருக்க மாக உள்ள' என்று கூறுகிறார். ஒவ்வொரு குறளும் இரண்டடி கொண்டது, முதலடி நான்கு சீர்களையும், இரண்டாமடி மூன்று சீர்களையும் கொண்டவை

இந்த வகையான இரண்டடிச் செய்யுள் 'குறள் வெண்பா' என்று தமிழில் அழைக்கப்படும்.

வெண்பா யாப்புச் சார்ந்த நாலடிகளை உடைய செய்யுள். செய்யுள் எழுதுவதற்கு வெண்பா மிகக் கடினமான அமைப்பு என்பது அனைவராலும் ஏற்றுக்கொள்ளப்பட்டுள்ளது. குறள், நீளம் குறைவாக உள்ள வெண்பா, அதை எழுதும் பயிற்சி பெறுவோருக்கு மிகக் கடினமான கட்டுப்பாடுகள் விதிக்கப்படுகின்றன.

'வர்ஸ் லிப்ர்', என்ற பிரெஞ்சுத் தொடர் குறளுக்கு எதிர் மாறான கட்டுப்பாடு குறைந்த கவிதையைக் குறிக்கும், இது டென்னிஸ் வலையை இறக்கிக் கட்டிக்கொண்டு ஆடும் விளையாட்டுக்கு ஒப்பிடப்பட்டிருக்கிறது. 'வர்ஸ் லிபர்டின்ஸ்' தளையின் கட்டுப்படுத்தும் தன்மையை உடைத்துக்கொண்டு தளர்வுடன் தாக்கத்திற்கு உள்ளாகிறது தெளிவாகத்தெரிகிற இழப்புடன் சக்தி மற்றும் திறன் வினைவெளிப்பாட்டில். வள்ளுவர், இதற்கு மாறாக, விருப்புடன் தன்னை சமர்ப்பித்துக் கொண்டார் சிறப்பாகஉருவாக்கப்பட்டகுறள்யாப்புஎன்றகொடுங்கோன்மைக்கு, அதை முதிர்திறத்துடன் கற்று நிறைவேற்றினார் முழுவிசை நீட்சி கருத்துக்கும் அமைப்புக்கும் இடையில்; அவர் சொற்களுக்கு பொருள் மிகுந்த பொறுப்பு ஒப்படைத்து வினை யோகக்கலையில் ஒருமுகப்படுத்திக் கொள்வது போலச் செய்தார்.

குறள் ஒலி எழுப்புகிற ஈரடி இல்லை அலெக்ஸ்சான்டர் போப்பின் அடிகளைப் போன்று, ஏனெனில் அதனில் ஆரவாரம் மிக்க மத்தள ஒலி இல்லை. இங்கே கவிதை ஒலி எழுப்பிக்கொண்டு ஓடும் நீரோடை, மகிழ்ச்சியில் ஓயாமல் பேசுகிற பேச்சைப் போன்று இருந்தது கிடையாது. ஆனால் தீவிரமான மற்றும் கச்சி தமான கலை மகாபலிபுரத்தில் உள்ள பாறைக்கோவில்களில் மிகுந்த சிரத்தையுடன் செதுக்கப்பட்டுள்ள சிற்பங்களைப் போல.

திருக்குறளின் சந்தம் கட்டுப்படுத்தப்பட்டுள்ளது மற்றும் உயர்தரமானது, வீர எண்ணங்களுடன் மற்றும் சுறுசுறுப்பான

நடையில் ஒளிவிடுகிறது. குறள் இயந்திரத்தன்மையுடன் வெட்டப் பட்ட செயற்கைப் பொருள் அல்ல. அது முழு செம்மையுடனான ஒத்துழைப்பில் உருவாக்கப்பட்டுள்ள உயிர்ப்பொருள், 2000 ஆண்டுகளாக உயிருடன் இயங்கிக் கொண்டு இருப்பது.

வியப்பு ஒன்றுமில்லை, கம்பர் கூட வள்ளுவருக்கு சமமாக வரவில்லை எண்ணில் அடங்காச் செல்வத்தைத் திரட்ட ஒரு சில சொற்களைப் பயன்படுத்தி. இங்கே 1330 குறள் பாக்களுக்குள் உள்ள மறக்கமுடியாத வரிகளைவிட அதிகமாக இந்த அளவுக் குச் சமமான இலக்கியப் பரப்பில் வேறெந்த மொழியிலும் நான் அறிந்த வரையில் இருப்பதாகத் தெரியவில்லை. ஜி.யூ.போப் அவருடைய குறளின் மொழிபெயர்ப்பில் முன்னுரையில் கூறுவது சரியாகத்தான் சொல்லுகிறார், ஒன்றுமில்லை, தூய்மையற்ற கிரேக்கப் பலர் கூடிப் பாடல் கூட, இந்த உயர்ந்த தமிழ்க் கவிதையைப் போல இந்த அளவுக்கு ஒரு மாணவனின் முயற்சியை தடைப்படுத்தவில்லை. தமிழின் கவிதைக் கிளைமொழி ஒவ்வொரு வகையான நீட்சியையும் அனுமதிக்கிறது, அதன் விளைவாக ஒரு வரி கொஞ்சம் குறைவாகவே ஒரு செப்பமற்ற அமைப்புகளைக் கொண்ட கலைநயத்துடன் ஒன்றிணைக்கப்பட்ட ஒரு சரத்தைவிட குறைவாகவே உள்ளது. தலைசிறந்த பாடல்கள் நாலடிப் பாடல்களாக அல்லது இரண்டு அடிப்பாடல்களாக ஒவ்வொன்றும் ஒரு முழுமையான கருத்தைக் கொண்டதாக, ஒழுக்கம் பற்றிய சுருக்கமாக உள்ளது. அவற்றின் அமைப்பு பன்னிற ஒப்பனைப்படிவத்தின் அமைப்பைப் போன்றிருக்கிறது. ஒன்றாக வைக்கப்பட்டுள்ள பொருள்கள் சில சமயங்களில் பல நிறம் கொண்ட வெறும் கண்ணாடித்துண்டுகளே, ஆனால் சில சமயங்களில் விலைமதிப்புள்ள கற்கள் மற்றும் தூய தங்கம் கூட. மற்றும் அதன் உள் நோக்கம்? ஏன், நீ அதைச் சுற்றி வருகிறாய் மற்றும் முழுவெளிச்சத்தில் அதைப் பிடிக்கப் பார்க்கிறாய் மற்றும் முதலில் உணருகிறாய், மற்றும் அடிக்கடி நீண்ட நேரத்துக்கு, அது எதையும் பொருளாகக் குறிக்கவில்லை, ஏதோ குறிப்பு ஒன்றைக் காண்கிற வரையிலும், மற்றும் அது வெளியிட்டுகொண்டு இருக்கிறது, மறுபடியும் மேலும் மறுபடியும் சிந்தனைக்கு உரிய ஒன்றாக, குறிப்பு அடையாள முறைமையின் சிறிய பகுதியாக, அடிக்கடி விசித்திர உருவம் உள்ளதாக, அடிக்கடி மனம் கவரும் பழமையதான, ஆனால் சில சமயங்களில் ஒரு அரிய அழகாகவும் கூட'.

9 திருவள்ளுவரின் காட்சித் துணுக்குகளில் சில

சிரிப்பு மற்றும் கண்ணீர்

திருவள்ளுவர் நமக்குச் சிரிப்பு மற்றும் கண்ணீர் மூலமாக மருந்தில்லா மருத்துவத்தை அளிக்கிறார்.

அறிந்து கொள்ளும் அமைதியான புன்சிரிப்பு ஞானத்தின் முதலும் முடிவும் என்பது அவருக்குத் தெரிந்திருந்தது. அவர் அறிவிக்கிறார்:-

> சிரிப்பு என்கிற செயல் திறன் இல்லாதவர்களுக்கு,
> இந்த அகன்ற அண்டமே இருளில் மூழ்கி இருக்கிறது,
> பட்டப் பகல் நேரத்திலும் கூட! (999)

வள்ளுவரின் பெரும்பாலான மொழி வெளிப்பாடுகளில், உள்ளடங்கிய நகைச்சுவை உணர்வு காணப்படுகிறது. பொறாமை கொண்டாருக்குப் பொறாமையே போதுமான தண்டனை என்பதை குறிப்பிட்டுவிட்டு, அவர் வற்புறுத்திக் கூறுகிறார், பொறாமை பிடித்தவர் யாரும் வளமானவர் ஆனதில்லை மற்றும் பொறாமை அற்ற எந்த மனிதனும் வளமையில் இருந்து வீழ்ந்ததில்லை.

இந்த விதிக்கு விலக்கானவற்றைச் சோதித்துப் பார்க்கத் துவங்குகிறார் மற்றும் உள்ளூர நகைப்புடன் இரகசியமாக சொல்கிறார்:-

> பொறாமை பிடித்தவரின் செழுமையும்
> மற்றும் பொறாமை இல்லாதாரின் துன்பமும்
> ஆய்வுக்குப் பொருத்தமான தலைப்புகள் (169)

திறமை மிகுந்த இயற்கை அறிவுடன், வள்ளுவர் தன் பளிச்சிடு கண்களுடன் குறித்துக்கொள்கிறார் படிப்பறிவு இல்லாதவனுடைய நாகரிகமில்லாத முயற்சி 'அவனின் கற்றல் சிறப்பை' வெளிப்படுத்த எப்படியுள்ளது என்பதை ஒரு உவமை மூலம் விளக்குகிறார்:-

> படிப்பறிவு இல்லாதவனின் வார்த்தை வெறி
> ஒரு பெண்ணுக்கு உள்ள காம வெறி போன்றது,
> மார்பகங்கள் இரண்டும் இல்லாதவளுக்கு. (402)

வள்ளுவரின் கருத்துப்படி, நற்குணம் உடையவன் சரியான கல்வியைப் பெற்றுள்ள மனிதன் மற்றும் எல்லா கல்வியறிவு அற்றவர்களும், சரியான கல்வியறிவு அளிக்கப்படாததால், நேர்மைக்கேடு உள்ளவர்கள். இருப்பினும் இந்த விதிக்கு நல்ல நகைச்சுவையுடன் கூடிய விலக்கு அளித்து அவர் சொல்வார்:-

கல்வியறிவு இல்லாதார் கூட உயர்ந்த நற்குணம்
உடையவராகக் கருதப்படலாம்,
அவருக்கு வைக்கப்பட்டுள்ள பொறியைத் தவிர்த்து
கற்றார் முன்னிலையில் இருந்தால் மட்டும். *(403)*

திருவள்ளுவர் மடைமையைப் பற்றிய அவருடைய அதிகாரத்தில், வள்ளுவர் இரக்க உணர்வைத் தூண்டுகிற முட்டாள்களுக்கு எதிரான வெறுப்பைக் காட்டுகிறார். குறள் எண் ***843***ல், அவர் கூறுகிறார்:-

எத்தனை இன்னல்களை முட்டாள்கள் தங்கள் மீதே
தண்டனையாக்கிக் கொள்கிறார்கள்!
அவரின் விரோதிகள் கூட கடினமாகக் காணும்
அத்தனை அதிகமான தண்டனைகள்.

வள்ளுவர் செல்வந்த முட்டாளை ஒரு தனிவகை வெறுப்புடன் பார்த்தார். அவர்சொல்கிறார்:-

ஒரு முட்டாள் மற்றவனுக்கு மகிழ்வாகப் பரிசு அளிக்க
வேண்டும்,
இது எதற்காகவும் இல்லை
பெறுபவன் செய்த தவத்துக்காக மட்டுமே. *(842)*

திருவள்ளுவர் சொல்வதற்கு முன் வருகிறார்:-

எது அறிவீனம் என்று கேட்கப்பட்டால்,
அது தான் சத்தமிடுகிற செருக்கு
நான் அறிவாளி என்று. *(844)*

பெரியவர்கள் மற்றும் அறிவாளிகளின் நட்பைப் போற்றிய வள்ளுவர் முட்டாள்களின் தோழமையால் மிகுந்த துன்பம் அனுபவித்ததாக தோன்றுகிறது. வள்ளுவர் சொல்கிறார்:-

அறிவாளிகள் குழுவில் அறிவிலான் வருகை
கழுவப்படாத காலைத்
தூய வெள்ளைப் படுக்கையில் வைத்தது போன்றது. *(840)*

ஒரு விதிப்படி, பெரும்பாலான வள்ளுவரின் நகைச் சுவை, இரக்கம் இழைந்தோடுவதாக உள்ளது மற்றும் வள்ளுவர் பெரும்பாலும் கண்ணீர் மூலமாகவே சிரிக்கிறார்.

கயவர்களைப் பற்றிப் பேசுகிற போது, திருவள்ளுவர் குவிமுகப்பாக அவரின் முழு வஞ்சப்புகழ்ச்சி, ஏளனம் ஆகியவற்றை அவர்கள் மேல் படுவதாகக் கொள்கிறார். அவர்கள் மனித இனத்தின் சிறிய பகுதியைச் சேர்ந்தவர்களானாலும், அந்தக் கயவர்கள் மனிதர்களைப் போல எந்த அளவுக்கு இருக்கிறார்கள்! வள்ளுவரின் வியப்பு மற்றும் மலைப்படையச் செய்யும் தன்மை குறள் எண் **1071** ல் பிரதிபலிக்கிறது.

கயவர் முழுதும் மனிதர் போல் உளார்; அது போன்ற
போலி நடிப்பு நாம் கண்டதில்லை ஒரு போதும்.

சோபன்ஹோவர் அவரின் கட்டுரைகளில் ஒன்றில் இக்குறளைக் குறிப்பிட்டுக் கூறுகிறார் 'இதைப் போன்ற நேர்த்தி வாய்ந்த நகைச்சுவை காண்பதற்கு அரிது' என்று.

மகிழ்ச்சி தரும் விந்தைக்காரர்

சில சமயங்களில், வள்ளுவர் அவர் ஆய்வுக் கருத்துக் களே மகிழ்ச்சி தரும் வித்தைக்காரர் போல விளையாடுவார், மேலே காற்றில் தூக்கி எறிந்து, உள்பக்கம் வெளியில் என்று மாற்றியும், மேலே இருந்து கீழே போட்டும், மறுபடியும் அவைகளின் கால் தரையில் என்று. இவ்வாறு அவற்றுடன் அவர் நற்குணம் கூட பொருளாதாரம் அடிப்படையைக் கொண்டிருக்கிறது என்ற மார்க்சியக் கொள்கையைக் கொண்டிருந்தார். உண்மையில் குறள் எண் **757** ல், அவர் சொல்கிறார்:-

இரக்கம், அன்பின் குழந்தை,
வளர்க்கப்படுகிறது
செல்வம் என்ற அன்புடைச் செவிலித்தாயால்.

செல்வம் நிலையான மதிப்பு இல்லாதது என்று அவர் பார்த்தபோதிலும், சிறந்த முடிவுகளை நிறைவேற்றுவதற்குத் தேவையான ஒன்று அது என்பதை அவர் உணர்ந்தார். அதன் விளைவாக, சமமில்லாமல் செல்வம் வழங்கப்பட்டிருக்கிற நிலையையும் செல்வம் தகுதி அற்றவர்கள் கையில் எளிதில் சென்று சேர்ந்து கொள்வதையும் அவர் ஆழ்ந்து சிந்தித்தார். எடுத்துக்காட்டாக, அவதூறான அதிர்ச்சியுடன், அவர் கூறுகிறார்:-

பேரிழப்பாகும் பெரிய செல்வம்
பெற்ற ஒருவன்
அனுபவிக்கிறதும் இல்லை தகுதியான
யாருக்கும் கொடுக்கிறதும் இல்லை என்றால் ***(1006)***

மற்றொரு இடத்தில், ஈகையற்றோருக்கு, இப்படிச் சொல்லி வேண்டுகோள் விடுக்கிறார்:-

செல்வம் படைத்த ஒருவர்
ஏழைக்கு உதவாதவர்,
கொள்ளை அழகு உள்ள பெண் போன்றவர்
வளர்ந்தும், மணம் முடியாமல்,
வயது முதிர்ந்து தனிமைக்கு வந்தும். *(1007)*

அவர் பிச்சைக்காரர்களுக்கு ஆலோசனை கூறுவது போல, கஞ்சர்களுக்குக் கசையடி கொடுக்கிறார், குறள் எண் **1067**ல். அவர் சொல்கிறார்:-

நான் உங்களைக் கெஞ்சுகிறேன்,
ஓ! உலகின் பிச்சையெடுப்போரே
நீங்கள் பிச்சையெடுக்க வேண்டுமெனின்,
பிச்சை யெடுக்காதீர் யார்
மறைக்காமல் கொடுக்க மாட்டரோ அவர்களிடம்.

இங்கு வள்ளுவர் பிச்சையெடுப்போரை மனிதர்களைச் சாய்க்கச் சொல்லி அவர்கள் மூலம் அவரின் வெறுப்பை கொடுக்க விரும்பாத செல்வந்தர் மீது பிரதிபலிக்கிறார். அவர் புகைப்படக் கருவியை வேறு கோணத்துக்கு மாற்றித் தற்பெருமை குன்றாத தன்னைத் தாழ்த்திக்கொண்டு பிச்சை கேட்க விரும்பாத ஏழையின் படத்தை எடுக்கிறார்:-

பிச்சை எடுப்பதைத் தவிர்ப்பதன் மதிப்பு
ஒரு மில்லியன்- மில்லியன்
மகிழ்ச்சியுடன் மறைக்காமல் கொடுக்க
விரும்புவோரிடம் இருந்தும் கூட *(1061)*

அடுத்ததாக, தாராளமனம் படைத்த செல்வந்தர் முதுகில் தட்டிக்கொடுத்து அவர் சொல்கிறார்:-

பிச்சை யெடுத்தல் கொடுத்தலைப் போன்று நல்லது,
நீ அவர்களிடம் யாசிக்கிறபோது
யார் பிச்சை யெடுப்போருக்கு இல்லை என்று சொல்லும்
பழக்கம் கனவிலும் கூட இல்லாதவரிடமிருந்து *(1054)*

பிச்சைபுகுவோரின் தோலுக்குள் புகுந்து அறிஞர் நடுக்கத்துடன் சொல்கிறார்:-

அது வருமா,
இன்று கூட - ஏழ்மை
அது அநேகமாக
என்னைக் கொன்றது நேற்று? *(1048)*

திருவள்ளுவர்

இப்பொழுது வள்ளுவரின் அச்சம் திரும்புகிறது சுடர்விட்டு எரிகிற சினமாக அவர் பிச்சை எடுத்தலை அவசியமாக்கிய அமைப்பைப் பற்றி எண்ணுகிற போது:-

> பிச்சை எடுத்துக் கூட
> ஒருவர் உயிர் வாழலாம் என்றால்,
> இந்தப் பிரபஞ்சத்தை உருவாக்கியவர் பிச்சை
> எடுத்துக்கொண்டு தூரம் மற்றும் அகலத்தில்
> அலைந்து ஒழியட்டும். (1062)

பிறகு அவர் செல்வந்தர்கள் பக்கம் திரும்பி அவர்களைக் கோபித்துக் கொள்கிறார் கொடுப்பதால் வரும் பெரிய இன்பத்தைப் பெறத்தவறியதற்காக. அவர் கேட்கிறார்:-

> அவர்களுக்குத் தெரியாதா அந்த இன்பம்
> கொடுக்கிறதிலிருந்து வரும்-
> அந்தக் கடின இதயக் காட்டசாமிகள்
> காக்கிறார்கள் அதை இழப்பதற்காக? (228)

வள்ளுவர் பிச்சை எடுக்கும் சிக்கலை, எண்ணிப் பார்க்கத்தக்க ஒவ்வொரு பின்னணிக்கும் எதிராக வைத்து வேண்டுகோள் மூலம் தீர்ப்பதற்கு முயற்சி செய்கிறார், அத்துடன் ஒருவகையில் பிச்சை எடுப்போரின் சுயமரியாதையைத் தொட்டுப்பார்த்தும் மற்றொரு வகையில் செல்வந்தரின் இரக்க உணர்வைப் பயன்படுத்திக் கொண்டும் இதைச் செய்கிறார்.

செல்வந்தர்கள் சமகால வாழ்வில் துன்பயியல் சார்ந்த உணர்வுகளை உணர்ந்து இல்லாதோரின் துயரத்தை ஒத்துணர் வுடன் புரிந்து கொள்ளவேண்டும் என்று எதிர் பார்க்கிறார். எந்த உணர்வுள்ள ஆத்மாவும் தாழ்த்தப்பட்டு இழிவாக்கப்படும் மனித உணர்வு சில சூழ்நிலைகளால் பிச்சை எடுக்கும் நிலைக்குத் தள்ளப்படுகிறது என்பதை அறிய வேண்டும். ஒரு குறளில், திருவள்ளுவ நாயனார் சொல்கிறார்:-

> பிச்சை வேண்டப்படுவது துயரம் அளித்துக்
> கொண்டிருக்கிறது
> நீ கொடுக்கும் வரை
> மற்றும் பிச்சை எடுப்பவரின் முகத்தில் வீசும் ஒளியைக்
> கொண்டு வரும் அவரின் புன்முறுவல் வரும்வரை (224)

பசியின் தாக்கத்தைத் தாங்கும் ஏழைகளின் சக்திக்கு எதிராக பசியைப் போக்கிடும் பணம் படைத்தோரின் சக்தி உள்ள சூழலில், மகிழ்வான உணர்வுடன் பசியைப் பொறுத்துக்

கொள்ளும் சக்திக்கு எதிராகப் பசியைப் போக்கும் சக்தியை அளவிட, அடுத்து அவர் முற்படுகிறார்.

குறள் எண் 225 சொல்கிறது:-

சக்திகளிலெல்லாம் மிக அதிகத்திறன் கொண்ட சக்தி
பசியைப் பொறுத்துக் கொள்ளும் சக்தி
ஆனால் அந்த சக்தி கூட இரண்டாவது தான்
பசியைப் போக்குபவரின் சக்தியைப் பார்த்தால். *(225)*

வள்ளுவர் அடுத்துப் பேசுகிறார் பாதுகாப்புப் பெட்டியைப் பற்றி, எல்லாச் செல்வந்தர்களும் அவரின் செல்வத்தை அதில் வைத்துக் காக்க வேண்டும். இங்கே இருக்கிறது அந்தக் குறளின் கருத்து:-

இல்லாதாரின்
பசியைப் போக்கத்தான்
இருக்கிறது கருவூலம்
இருப்போர் தம் செல்வத்தை இடவேண்டுமதில். *(226)*

அவரின் வெறுப்பான வசை மொழியைச் செல்வந்தருக்கு எதிராக அனுப்பி, அவர்களின் உணர்வற்ற தன்மை மற்றவருக்கு உதவும் தன்மையைத் தடுக்கிறது என்பதைச் சுட்டிக்காட்டி ஈகை (பெருந்தன்மையுடன் உதவி அளித்தல்) என்ற அதிகாரத்தை முடிவுக்குக் கொண்டுவருகிறார். சொல்கிறார் அவர்:-

இறப்பைவிட இடையூறானது வேறெதுவும் இல்லை;
ஆனால் இறப்பே இனியதாய் மாற்றப்படுகிறது
ஒருமுறை ஒருவர் பிச்சை அளிக்க முடியாமல்
ஆக்கப்பட்டால். *(230)*

முடியாட்சி பற்றி

எல்லா நற்குணம் மற்றும் ஒழுங்கு இவற்றின் பின்னால் அளிக்கப்படும் அனுமதி நாட்டு அரசனின் பலத்தைப் பொறுத்திருந்தது என்ற உண்மையை வள்ளுவர் ஆர்வமுடன் அறிந்திருந்தார்.

குறள் எண் 543 ல் அவர் கூறுகிறார்:-

எது அடிப்படை ஆதரவு
நற்குணத்துக்கும் மறைக்கும்
அளிக்கிறது எனின்
அரசனுடைய செங்கோல் தான்.

திருவள்ளுவர்

செங்கோல் மிருக பலத்தின் அடையாளம் அன்று; ஆனால் அது நேர்மை மற்றும் நீதியின் அடையாளம் என்பதை அவர் தெளிவாக்குகிறார்.

அவர் சொல்கிறார்:-

> அரசனுக்கு வெற்றி பெற்றுத் தருவது
> ஈட்டியன்று, அவனுடைய செங்கோல்,
> அது கூட நேராக நிற்குமானால்.   (546)

அவர் இந்தக் கருத்தை வலியுறுத்துகிறார் மேலும் சொல்லி:-

> பூமிக்குப் படைக்காவல் வீரனாக அரசர், மற்றும்
> சட்டம் அரசனுக்குப் படைக்காவல் வீரனாக நிற்கிறது.
>   (547)

அரசனின் தண்டனை வழங்கும் எல்லை வரம்பைப் பற்றி, அவர் சொல்கிறார்:-

> கொலைகாரக் கொடியோர் அரசனால் கொல்லப்படுவது
> இளம் நெல் வயலில் இருந்து களையை எடுப்பது போல.
>   (550)

வள்ளுவர் அரசன் நாட்டின் அதிகாரத்தைத் தவறாகப் பயன்படுத்திக் குடிமக்களிடமிருந்து வசூல் செய்வதற்குத் தடையிடுகிறார்:-

அவருடைய எச்சரிக்கை விடுக்கும் சொற்கள் இங்கே இருக்கின்றன.

> அரசன் பிச்சை கேட்டுப் போகிறவன்
> கொள்ளைக்காரனைப் போல, ஈட்டி கையில் கொண்டு,
> கத்துகிறான், கொடு.   (552)

சட்டம் ஒழுங்கைக் காக்கமுடியாத அரசனைப் பற்றிப் பேசும் போது அவர் சொல்கிறார்:-

> செல்வம் ஏழ்மையைவிட மிகவும் மோசமானது,
> அரசன் நீதி அளிக்கத் தவறுகிற உலகில்.   (558)

நீதி இரக்கத்துடன் பதப்படுத்தப் பட வேண்டும் மற்றும் மக்களை அச்சுறுத்தக்கூடாது என்றும் நாட்டை விளித்துச் சொல்கிறார். மேலும் அவர் அரசனுக்குச் சொல்கிறார்:

> கோலை உயர்த்து உயரமாக
> அது குற்றவாளி மீது மெதுவாக விழட்டும்.   (562)

> ஒரு இசையினால் என்ன பயன் இருக்கிறது
> பாட்டோடு அது ஒன்று பட்டு இருக்காவிட்டால்?
> கண்ணினால் இருக்கிற பயன் என்ன, அது
> இங்குமங்கும் இரக்கமுடன் அசையாவிட்டால். (573)

ஆலோசனை வழங்கும் போது, அரசன் மற்றும் குடிமகன் ஆகிய இருவருக்கும் அது பொருந்துவதாக இருக்கையில், அவர் ஒரு உவமையைத் தனது உதவிக்காகப் பயன்படுத்திச் சொல்கிறார்:-

> நீரில் மிதக்கிற செடியின் பூ
> தண்ணீர் அளவு எவ்வளவு உயரமோ அவ்வளவாகிறது;
> ஒரு மனிதனின் உயர்வு அவன் மனதின் நிலை
> எவ்வளவு உயரமோ அதைப் போல் உள்ளது. (595)

உள்ள உறுதி பற்றிப் பேசும்போது அவர் குறிப்பிடுகிறார்:-

> யார் ஒருவர் இன்பத்துக்கு ஆசைப்படாமல்
> துயரம் இயற்கையானது என்று சொல்கிறாரோ, அவர்
> துயரத்துக்குத் தன்னை ஒருபோதும் உட்படுத்தார் (628)

அவர் மேலும் கூறுகிறார்:-

> யார் ஒருவர் மகிழ்வில்
> மிக்க மகிழ்வு அடையாமல் இருக்கிறாரோ,
> அவர் துயரத்தில் துயர் அடைகிறதில்லை. (629)

வேளாண்மைப் பற்றி

தலையாய தொழில் என்பதோடு மிகப் பயனளிக்கும் மற்றும் சுயமாக வாழும் வழியும் கூட பயிர்த்தொழில் என்று வள்ளுவரால் புகழப்படுகிறது. அவர் சொல்கிறார்:-

> பூமி, சுற்றிக்கொண்டு இருந்தாலும், இன்றும் அது
> கலப்பைக்குப் பின்னர் தான் இருக்கிறது;
> ஆகையால், உழைப்புடன் இருந்தாலும்,
> பயிர்த்தொழில் தலைசார்ந்த உழைப்பு. (1031)

அடுத்த குறளில் அவர் சொல்கிறார்:-

> உழவர்கள்
> உலகத்தின் அச்சாணி ஆவார்கள், ஏனெனின்
> மற்ற எல்லோருக்கும் ஆதரவு கொடுக்கிறார்கள்
> பூமியை உழத்தெரியாதவரையும் சேர்த்து. (1032)

அவர் மேலும் சென்று குறள் எண் 1033ல் சொல்கிறார்:-

அவர்கள் மட்டும் வாழ்கிறார்கள்
யார் கலப்பையை நம்பி வாழ்கிறாரோ:
மற்றோரெல்லாம் வாழ்கிறார்கள் மற்றவர் முன்னே
கெஞ்சிக்கொண்டும்
அவர்கள் கொடுத்ததை உண்டு கொண்டும். *(1033)*

அந்தச் சோம்பேறிகளைப் பார்த்துவிட்டு
யார் சொல்வார், நான் ஒன்றும் இல்லாதவன் என்று
அந்த நற்குணம் பெற்ற பூமி என்ற பெண் சிரிப்பாள்.
(1040)

நட்பு பற்றி

தனக்குரிய புதுப்பித்தலில் ஈடுபடும் அறிவாளிகள் மற்றவர்களுடன் ஒருவருக்கான மற்றும் மன நிறைவான செயலில் ஈடுபடும் நிலையில் இருப்பவர்கள் வள்ளுவர் போன்ற தனி இயல்பு உள்ளவர்கள். அவர்கள் மற்றவர்களின் அன்பை ஏற்றுக்கொள்ளும் தன்மை மற்றும் தங்களன்பை மற்றவர்களுக் குக் கொடுக்கும் இயல்பு ஆகியவற்றைப் பெற்றவர்கள். தனிமையில் இருக்கும் ஆன்மாவின் பிடிவாதத்தை நட்பு கரைத்துவிடுகிறது. இதையே வேறுவகையில் சொல்வோம், மக்கள் தங்களுக்கே முன் அறிமுகம் இல்லாத புதியவர்களாக இருந்தால், அவர்கள் ஆன்மாவில் உள்ள நீர்ஊற்றுக்குத் தங்கள் தாகம் தீர்த்துக்கொள்ள வர முடியாத நிலையில் உள்ளார்கள்; ஏனென்றால் ஆன்மாவைப் புதிப்பித்துக் கொள்ளும் சக்தியை அவர்கள் இழந்து விட்டிருக்கிறார்கள். வள்ளுவர் சரியாகவே இப்படிக் கேட்கிறார்:-

நட்பைவிட நிறைவேற்றுவதற்கு அதிகச் சிரமம்
கொடுப்பது வேறெதுவும் இருக்கிறதா?
எதிரிகளிடம் இருந்து காத்துகொள்ள நட்பு போல்
பாதுகாப்பு அளிக்க வல்லது வேறெதுவும் இருக்கிறதா?
(781)

மைலாப்பூரில் உள்ள அவரது வீட்டில், பெரிய அறிவாளிகள் மற்றும் தத்துவ ஆசான்களின் நட்பினால் அவர் தன் இதயத்தை இனிதாக்கிக் கொள்கிறார்:-

உயர்தர இலக்கியங்களை எவ்வளவு அதிகமாக நீங்கள்
விரும்புகிறீர்களோ அந்த அளவுக்கு அவை
இனிமையாய் அமையும்

அதைப்போல்
நற்குணம் வாய்ந்தவருடன்
எவ்வளவு அதிகமாகப் பழகுகிறோமோ,
அந்த அளவுக்கு இனிமையாகும்
அவரின் நட்பு. *(783)*

நட்பு கொள்வது சிரித்து
மகிழ்ந்து இருப்பதற்கு மட்டும் அன்று,
ஆனால் அவன் மீது கடுமையான
கோபத்துடன் அவனைத் திருத்தவும் கூட
அவன் சரியான வழியிலிருந்து விலகிப் போகும் போது.
(784)

உணர்வு ஒற்றுமை வேண்டும் நட்புக்கு
மற்றும் இல்லை தேவை
உடலுறவு அல்லது உடனுறைதல். *(785)*

நட்பு உன்னை அழிவில் இருந்து காக்கிறது,
நல்வழிக்கு உன்னை அழைத்துச் செல்கிறது, மற்றும்
துன்பம் வருகையில், உன் துயரத்தில் பங்குறுகிறது *(787)*

வள்ளுவர் கருத்துப்படி:-

கைகூட ஓடுகிறது வேட்டியைக் காத்திட
அது உனது இடுப்பிலிருந்து அவிழ்ந்து நழுவுகிற போது,
நட்பு ஓடுகிறது உன்னைக் காப்பாற்ற
நீ துயரத்தில் இருக்கிற போது. *(788)*

திருவள்ளுவர் நட்பு மிக நன்றாகச் சோதிக்கப்படுகிறது என நினைக்கிறார். ஏனெனில் பெரும்பாலான நண்பர்கள் செழுமையில் உங்களைச் சுற்றி வருவார்கள் மற்றும் துயரத்தில் விட்டுவிட்டுச் சென்றுவிடுவார்கள்.

வருத்தத்துடன் கூடிய புன் முறுவலுடன் திருவள்ளுவர் இந்த மணிக்கல்லான ஞானத்தை வெளியிடுகிறார்:-

துயரத்திலிருந்து கூட சில நன்மை உண்டு,
ஏனெனில் அது கொடுக்கிறது அளவுகோல் ஒன்று
அதனைக் கொண்டு
உங்களின் உண்மையான நண்பர்களைத் தாராளமாக
அளக்கலாம். *(796)*

நண்பர்களே,
அன்பின் உண்மையான அமைப்பில் இருந்து

வந்திருக்கிறவர்கள்,
அன்பு காட்டாமல் இருக்கமாட்டார்கள்
அவர்களுக்குத் தீங்கு இழைத்தவர்களுக்கும் கூட. *(807)*

தனிமை மிக நல்லது
ஒன்று கூடி இருக்கும் அவர்கள் உறவை விட
அவர்கள் பயிற்சி அற்ற இளங் குதிரை
ஓட்டுகிறவரைப் போரின் மத்தியில் தரைக்குக்
கொண்டு வந்துவிடும் தன்மையர். *(814)*

ஒரு மிகு பயன் விளைவிக்கிற வேறுபாடு முட்டாளின் நட்பு மற்றும் அறிவாளரின் வெறுப்பு ஆகியவற்றுக்கு இடையில் உள்ளதை வள்ளுவர் உணர்ந்தார் மற்றும் அவர் சொல்கிறார்:-

அறிவு மிக்கவரின் வெறுப்பு
10 மில்லியன் தடவை மதிப்பு மிக்கது
முட்டாளின் நட்பைவிட. *(816)*

தனிமையில் உங்களை விரும்பி விட்டு ஆனால் வெளியில் உங்களை வசை பாடுவோரை வள்ளுவர் பலமாக எதிர்க்கிறார். (குறள் எண். 820)

உண்மையில் 5 அதிகாரங்கள் குறளில் உள்ளன. அதில் நட்பு உளவியலை ஆழமாக ஆராய்கிறார், வாழ்க்கையின் மேலோட்டத்தை வெறுக்கிறார் மற்றும் அதனின் இரத்தம் தோய்ந்த உண்மையை நமக்குக் காட்டுகிறார்.

கற்றல் பற்றி

வள்ளுவர், காரல் மார்க்ஸ், நியட்ஷே மற்றும் ஜீன் பால்சார்ட்ர் போல ஒரு புறமெய்ம்மையை மறுத்த வாழ்வியல் மெய்ம்மைக் கோட்பாட்டாளர் (Existentialist), ஏனெனில் அவர்களைப்போல், ஒரே அறிவு பெறுவதற்கு ஏற்றது என்றால், அந்த அறிவு மனித வாழ்வோடு நேரடி தொடர்பு உடைய மனித அனுபவம். வள்ளுவர் கூற்றுப்படி, கற்றலின் முழு நோக்கம் நீ வாழ்வை மிக நன்றாக வாழவேண்டும் என்பதே. வாழ்வோடு தொடர்பில்லாத மற்றும் பொருந்தாத எந்தக் கற்றலும் பயனற்றது என்று அவரால் கைவிடப்பட்டது. குறள் எண் 391 ல் அவர் சொல்கிறார்:-

கற்க முழுத் தெளிவுடன்

> எது கற்கவேண்டி இருந்தாலும்;
> கற்றபின், நீ என்ன கற்றுக் கொண்டாயோ
> அதன்படி நடந்து கொள்.

மனித வரலாற்றில் எண் மற்றும் எழுத்துக் கண்டுபிடிப்பு மனித முன்னேற்றத்துக்கு மிக முக்கியமான கண்டுபிடிப்பாக இருந்தது. எனவே வள்ளுவர் சொல்கிறார்:-

> எண்கள் மற்றும் எழுத்துக்கள் மிக உயர்ந்த வாழும்
> உயிர்களின் இரண்டு கண்களைப் போல் இருக்கின்றன.
> (392)

மனிதனின் கண்களைத் திறப்பது கல்வி, வள்ளுவர் கூறுகிறார்:-

> கண்கள் பெற்றிருக்கிறவர்கள் எனச் சொல்லப்படுவோர்
> கல்வி கற்றோர்
> ஆனால் கற்காதவர்கள் முகத்தில் இரண்டு வெறும்
> புண்களைத்தான் பெற்றுள்ளனர். (393)

திருவள்ளுவர் தற்காலக்கல்விக்கொள்கையை அறியாதிருக்கவில்லை என்பதைக் கீழே வரும் குறள் மூலம் காணலாம்:-

> மணல் ஊற்றை எந்த அளவுக்குத் தோண்டுகிறோமோ
> அந்த அளவுக்கு அதில் நீர் ஊறுகிறது;
> அதைப்போல
> எவ்வளவு அதிகமாக மனிதர்கள் படிக்கிறார்களோ
> அவ்வளவு அதிகமாக அறிவு வளர்கிறது (396)

கற்றல் அளிக்கும் பெருமையைப் பற்றி அவர்கள் அறிந்திருந்தாலும், அவர்கள் சாகும்வரை எந்த முயற்சியும் அதைப் பெறுவதற்கு எடுக்காமல் உள்ளவர்களைப் பற்றி வள்ளுவப் பெருந்தகை வருத்தம் கொண்டிருந்தார்.

> எந்த நாடும் மற்றும் எந்த ஊரும் கற்றவரின் நாடாகவும்
> ஊராகவும் ஆகும். அப்படி இருக்க ஏன் அவர்கள் சாகும்
> வரையிலும் கூட கற்காமல் உள்ளனர்? (397)

கற்றல் கற்றவருக்கு இன்பம் அளிக்கிறது; மற்றும் கற்றோர் அந்த இன்பத்தை உலகத்துக்கு அளிக்கிறார்கள். வள்ளுவர் சொல்லுகிறார்:-

> அறிவுடையோர் உலகத்தைப் பார்க்க
> விரும்புகிறார்கள்
> கற்றல் அவருக்கு அளிக்கிற இன்பத்தில்
> கலந்துகொண்டு. (399)

அறிஞர் நினைக்கிறார் கல்வி அறிவில்லா மனிதர்கள் வேறு இனத்துக்கு சொந்தக்காரர்கள் முழுவதுமாகக் கல்வி அறிவுடையோரிலிருந்து.

விலங்குகள் மனிதர்களுக்கு எப்படியோ
அப்படியே
கற்காதவர் கற்றவருக்கு. (410)

வள்ளுவர் சரியாக மனநிறைவு அடைந்தார், கற்றல் முயற்சி செய்து அடைவதிலும் உள்வாங்கிக்கொள்வதிலும் காது வாயில் வழியாகக் கற்பது கண் வழி உள்வாங்கிக் கொள்வதை விடச் சிறந்தது.

அவர் கருத்துப்படி, ஒரு கற்றறிந்தவரின் உண்மையைப் பற்றிய விளக்கத்தைக் கேட்டல் உணர்வற்ற அச்சில் உள்ளதைப் படிப்பதைவிட அதிகமான நிறைவு தரும்.

ஆதித் தமிழ் நாட்டில் புத்தகங்கள் அச்சிடப்படவில்லை மற்றும் பெரும்பாலானவை எழுத்துக்களால் பொறிக்கப்பட்டு பனைஓலை ஏட்டில் பாதுகாக்கப்பட்டன. ஒரு மனிதன் பனைஓலைப் புத்தகத்தைப் படிக்க முடியாமல் இருக்கலாம்; ஆனால் புரிதலும் அனுபவமும் உள்ளவர்களிடமிருந்து உண்மைகள் விளக்கப்படுவதைக் கேட்டறிந்து கொண்டு இன்னமும் கற்றிந்தவனாக இருக்கலாம். அதனால் தான் வள்ளுவர் குறள் எண் **411** ல் கூறுகிறார்:-

செல்வங்களில் எல்லாம் சிறந்த செல்வம் காதால்
கேட்டறிகிற செல்வம்;
எல்லாச் செல்வங்களையும் விட அது மிகமிக
உயர்வானது.

வயிற்றுக்கு அளிக்கிற உணவு, காதுக்கு அளிக்கிற உணவைவிட தர வரிசையில் தாழ்ந்தது என்று வள்ளுவர் தரப்படுத்துகிறார்.

காதுக்கு உணவு இல்லாத போது
சிறிதளவு உணவு வயிற்றுக்குக் கூட கொடுக்கப்படலாம்.
(412)

கற்றல் அறிவு இல்லாதவர்கள்
கற்றோரிடம் மிகக் குறைந்தது கேட்கட்டும்,
அது ஊன்றுகோல் போல உதவிடும் துயர்க் காலத்தில்.
(414)

வள்ளுவர் கருத்துப்படி, சொல்லின் சக்தி சொல்லுகிறவரின் ஒழுங்கைப் பொறுத்து வேறுபடுகிறது.

அவர் சொல்கிறார்:-

ஒழுக்கசீலரின் உதடுகளிலிருந்து வரும் சொற்கள்
ஊன்றுகோல் போன்றவையாய் உள்ளன
வழுக்கும் நிலத்தில். *(415)*

மற்றவரின் பேச்சைக் கேட்பது ஒருமுகப்படுத்தலுடன், தொடர்ச்சியுடன் ஒரு பேச்சை அளிப்பது போன்றது என்பது வள்ளுவர் அறிந்த உண்மையாகும். எனவே கேட்கும் கலை வளர்க்கப்பட வேண்டியதாகும்; இல்லையென்றால் ஒருகாது கேட்பது மற்றொரு காது வழி மனதில் எந்தப் பதிவும் செய்யாமல் வெளியே சென்று விடும். வள்ளுவர் குறள் எண் **418** ல் அப்படிச் சொல்கிறார்:-

காது, நன்றாகத் திறக்கப்படாதது
தொடர்ச்சியான கேட்டலுடன்
கேட்கிறதில்லை, கேட்பது போல் தோன்றினாலும்.

வாயால் சுவை பார்ப்பது என்ற திறன் மனிதன் விலங்குடன் பகிர்ந்து கொள்கிறான். ஆகையால் வள்ளுவர் கோபத்துடன் உறுதிப் படுத்துகிறார்:-

அந்தக் காட்டுமிராண்டிகள், வாயினால்
மட்டுமே சுவை பார்க்கத் தெரிந்தவர்கள்,
ஆனால் காதால் சுவை பார்க்கத் தெரியாதவர்கள்-
என்ன ஆகப் போகிறது, அவர்கள் இருந்தாலும் அல்லது
இறந்தாலும்? *(420)*

கயமை

வள்ளுவர் கயமைக்கு எதிரான அவரது வெறுப்பை இந்தக் கீழ்க்கண்ட குறளில் வடிகட்டி இறக்குகிறார்:-

கயவர்கள் மனிதர்களைப் போன்றே
தோன்றுகிறார்கள்;
இப்படிப்பட்ட நெருங்கிய போலி நடிப்பு
நாம் இதுவரை பார்த்தது கிடையாது. *(1071)*

கயவர்கள் அவரின் பொறாமைக்கு உரியவர்கள் ஏனெனில் அவர்களின் முழுச்சுதந்திரம் எந்தச் சுயக்கட்டுப்பாட்டுக்குள்ளும் அடங்காது என வள்ளுவர் எதிர்மறை ஏளனத்துடன் கூறுகிறார்:-

கயவர்கள் உயர்ந்தவர்களாக இருக்கிறார்கள்
நற்குணப் பயன்பாட்டாளர்களைவிட;
ஏனெனில் அவர்கள் இதயங்கள் மனசாட்சி
உறுத்தலுக்கு வருந்துவது கிடையாது (1072)

கயவர்களுக்கு நன்மை தீமை அச்சத் தயக்கம் ஒன்றும் கிடையாது மற்றும் பயம் அல்லது இலாபம் பெறும் நம்பிக்கை தவிர அவர்களை எதுவும் அசைக்க முடியாது.

பயம் என்ற ஒன்று மட்டும் கயவர்களுக்கு
கட்டுப்பாட்டுத் தாக்கம் பயக்க வல்லது,
பயத்துக்கு அடுத்து இலாபம் பெறும் நம்பிக்கை
அவர்களைக் கட்டுப்படுத்துகிறது சிலசமயங்களில். (1075)

பழமரத்தை மனிதன் வளர்க்கிறான் என்றால் அது இனிமையைச் சுரப்பதில்லை என்றாலும் அதைப் பழமாக அளிக்கிறது, ஆனால் கரும்பு அதனின் எல்லா இனிமையையும் தன் உடம்புக்குள் வைத்துக்கொள்கிறது. ஆகையால் மக்கள் அதைப் பிழிந்து அதனின் இனிப்பைப் பெறுகிறார்கள். குறள் எண் 1078 ல் திருவள்ளுவர் சொல்கிறார்:-

பெரியோர் உனக்கு உதவி அளிக்க முன்வருவர்
உன்னுடைய துன்பத்தைச் சொன்ன உடனேயே;
கயவர்கள் உனக்கு உதவுவார்கள்
கரும்பு போல
அவர்களைப் பிழிந்த கணத்தில்.

வள்ளுவர் கயவர்கள் மேல் கொண்டிருக்கிற வெறுப்பு எவ்வளவு தீவிரமானதோ அவ்வளவு தீவிரமானது அவர் அறிவாளிகள் மேல் வைத்திருக்கிற அன்பு:-

கயவர்கள் எதற்குப் பயன்படுவார்கள்
தங்களை விற்பதற்கு உதவுவதைத் தவிர,
துன்பத்தில் இருக்கும் போது? (1080)

தீய மனிதர்களின் நட்பு வள்ளுவருக்கு நடுக்கம் கொடுக்கிறது, ஏனெனில் அவர்கள் வள்ளுவருடைய இதயத்தில் புழுப்போல நகர்ந்து இடம் பிடித்துவிட்டு முடிவாக அவருக்கு எதிராகச் செயல்படுவர். இங்கே உள்ளது விலை உயர்ந்த கல் போன்ற குறள், அவரின் கசப்பான அனுபவங்களில் இருந்து உருவானது:-

கனவில் கூட பங்கரமானது
அவர்களுடன் உறவாடுவது,
அங்குள்ள இருவகைப் பிரிவு அவர்களின்
செயல்களுக்கும் வார்த்தைகளுக்கும் இடையில். (819)

வள்ளுவருடைய உவமைகள்

வள்ளுவர் நம்பமுடியாத அளவுக்கு மூல அமைப்பைக் கொண்ட அவருடைய ஒப்புமைகளுக்கும் உவமைகளுக்கும் புகழ்பெற்றவர். அமைச்சர்களை விளித்து மாறும் இயல்புள்ள மன்னர்களுடன் அவர்கள் எப்படி நடந்து கொள்ள வேண்டும் என்பதைச் சொல்கிறார்:-

> நடந்து கொள்வீர் அவர்களுடன் நெருப்புப்
> பக்கத்தில் இருந்து குளிர் காய்தலைப் போல:
> மிகவும் அருகில் போனால்
> நெருப்பு உம்மைச் சுட்டுவிடும்
> மிகவும் எட்டி இருந்தால்
> குளிரில் இருந்து உம்மைக்காப்பது நின்றுவிடும். (691)

உயர்ந்த பதவியில் இருக்கும் மனிதனை விரும்புவர் பலர், ஆனால் அவன் அந்த பதவியை விட்டு விடும் போது, அவனை விரும்பியவர்கள் வெறுக்கிறார்கள். இந்த நிகழ்வை விளக்க வள்ளுவர் ஒரு அசாதாரணமான உவமையைக் காண்கிறார்.

தலைமுடி தலையில் உறுதியாக பற்றிக்கொண்டிருக்கும் போது, அது மிகவும் ஆர்வமுடன் காக்கப்படுகிறது, ஆனால் அது தலையில் இருந்து வீழ்ந்துவிடும் தருணத்திலிருந்து, அது வெறுக்கப்படும் பொருளாகிறது; மற்றும் மரியாதைகுன்றிய வகையில் கூட்டித் தள்ளப்படுகிறது. வள்ளுவர் சொல்கிறார்:-

> தலையில் இருந்து விழுந்த முடியைப் போன்று,
> தனது தகுதியிலிருந்து வீழ்ந்த
> மனிதன் இருக்கிறான். (964)

மொழியியலாளராக வள்ளுவருக்குத் தெரிகிறது 'அ' எனும் ஒலி மற்ற ஒலிகளுக்கெல்லாம் அடிப்படை என்பது. இந்த உலகின் பிறப்பைப் பற்றி அவர் நினைக்கும் போது, ஒரு சிறப்பான உவமை அவர் மனதின் குறுக்கே செல்கிறது:--

> எல்லாச் சொல்லொலிகளின் பிறப்பும் இருக்கிறது
> இந்த ஒலி 'அ' வில்;
> அதைப்போல
> இந்த முழு உலகின் பிறப்பு கடவுளில் உளது. (1)

வழிகளுடைய தூய்மை

வள்ளுவர் தூய முடிவுகள் நிறைவேற்றலுக்கு தூய்மையற்ற வழிகள் பயன்படலாம் என்று நினைத்ததில்லை.

தூய வழிகளில் தேடப்பட்ட செல்வம்
மற்றும் நேர்மையற்ற வழிப்பயன்பாடு இல்லாமல்
நற்குணத்தோடு இன்பத்தையும் உருவாக்கும். (754)

வள்ளுவர் எப்பொழுதும் நாம் தூய மனிதர்களுடன் இருக்கவேண்டும் அதன் மூலமாக நாம் தூய்மையான மனம் பெற்று மற்றும் தூய்மையான செயலுடன் இருக்க வலியுறுத்து கிறார். (455)

இந்தக் குறள் 'சிற்றினம் சேராமை' என்ற அதிகாரத்தில் உள்ளது.

'பொருள் செயல் வகை' என்னும் அதிகாரத்தில், கவிஞர் சொல்கிறார்:-

மனிதன் நீக்கிவிட வேண்டும் தன் அரவணைப்பில்
இருந்து எல்லாச் செல்வத்தையும்
அருள் அல்லது அன்பு இன்றி வருவதானால். (755)

'நடுவு நிலைமை' என்னும் அவருடைய அதிகாரத்தில், வள்ளுவர் சொல்லுகிறார்:-

நீதி வழங்கும் மனிதனுடைய செல்வம்
பயன் இன்றிப் போய்விடாமல்
அவனின் எதிர்காலத்தில் கூட நன்றே நிற்கும். (112)

10 தாவர உணவு உண்பார்

உலக மாநாட்டில் - வள்ளுவர்

ஹாலாண்டைத் தலைமையகமாகக் கொண்ட தாவர உணவு உண்பார் உலகப் பேரியக்கம் 1961-ல் ஒரு நல்லெண்ணத் தூதுக்குழுவை இந்தியாவுக்கு அனுப்பியது. அந்தத் தூதுக்குழுவில் ஆக்ஸ்போர்டு சீமான்கள், மற்றும் பிரெஞ்சுப் புலவர்கள், டச்சு மற்றும் ஜெர்மன் அறிஞர்கள் இடம் பெற்றிருந்தனர். அவர்கள் தாவர உணவு உண்பதில் முழு நம்பிக்கை உள்ளவர்கள் மற்றும் அந்த இந்திய வருகையின் நோக்கம் சைவ உணவாளிகளின் ஊக்குவிப்பைப் தாவர உணவு உண்பார் பூமியிலிருந்து பெறுவதாகும். இந்தியாவில் பல இடங்களைப் பார்வையிட்டு விட்டு, அவர்கள் கோயம்புத்தூருக்கு வந்து ஒரு பொதுக் கூட்டத்துக்கு ஏற்பாடு செய்தார்கள். அந்த கூட்டத்துக்குத் தலைமை வகித்த இந்த நூலாசிரியர் ஒரு குறளை மேற்கோள் காட்டி தாவர உணவு உண்பார் இயக்கத்தின் அடிப்படையை விளக்கினார். அந்தக் கூட்ட முடிவில், ஐரோப்பிய அறிவாளிகள் மேடைக்கு ஓடிவந்து, இந்த இயக்கத்தின் 151வது கூட்டத்தை இந்தியாவில் நடத்தி இருக்கிறோம். ஒவ்வொரு கூட்டத்திற்கும் ஒரு சைவ உணவாளி தலைமை தாங்குவார் மற்றும், ஒரு சட்டம் போல், எங்களை ஊக்குவிக்க அவர்கள் ஏதும் சொன்னதில்லை. அதற்கு மாறாக, அந்த மனிதர்கள் சோர்வு மனப்பான்மையுடன் சொன்னார்கள் தாவர உணவு இயக்கத்தின் எதிர்காலம் இந்தியாவில் பலங்குன்றி உள்ளது, ஆனால் நீங்கள் மேற்கோள் காட்டிய குறள் சைவ உணவு இயக்கத்துக்கு புதிய வெளிச்சம் கொடுத்து அதை நாங்கள் தொடர்ந்து கடைப் பிடிக்க ஊக்குவிக்கிறது என்று உரக்கச் சொன்னார்கள். ஐரோப்பிய வருகையாளர்களைக் கவர்ந்த குறள் 'கொல்லாமை' பற்றியது. வழக்கமாக தாவர உணவு இயக்கத்தின் நிறை மற்றும் குறைகளுக்கு ஆதரவு தேடப்படும் பொருளாதாரம், நலவியல், மருத்துவம் மற்றும் பண்பாடு சார்ந்த கருத்துக்கள் அடிப்படையில். வள்ளுவர் இந்தக் கேள்வியின் அடித்தளத் துக்குப் போய்ச்சொன்னார், நம்முடைய மனம் மற்றும் இதயத் தில் இருந்து வன்முறையைத் தவிர்க்கா விட்டால், நம்முடன்

இருப்பவர்களுக்கு நாம் இரக்கம் காட்ட முடியாது. வன்முறை வாழ்வில் உள்ள ஒற்றுமையை அழித்துவிடும், மற்றும் வாழ்வுக்கு உள்ள மதிப்பைத் தலைகீழாக்கிவிடும், அது இருந்தால் பூமியில் அமைதி இருக்காது. நற்குணம் பொதுவாக வரையறுக்கப்பட வேண்டும்; உயிர்களுக்கு இழைக்கப்படும் தீங்கு, மதிப்பின்மை ஆகியன தவிர்க்கப்படவேண்டும். மனிதன் கொல்லா விரதத்தை மேற்கொண்டால், எந்திரம் போன்றல்ல, ஆனால் இயல்பான மதிப்பு எல்லா உயிர்களுக்கும் கொண்டுள்ளதால், அவன் தலை சிறந்த நற்குணத்தைக் கடைப்பிடிக்கிறான், ஆனால் மனிதன் கொல்லுவதை எடுத்துக்கொண்டு விட்டால், கொல்லப்படுகிற உயிர் மனிதன், பறவை அல்லது மிருகம் என்றிருந்தால், அவன் உயிர்க்கு பரிவு, மதிப்பு காட்டாதவனாக இருப்பது மற்றத் தீமைகள் திருட்டு, கொள்ளை, கற்பழிப்பு, கொலை ஆகியவற்றை அவன் பெறுவதற்கு அடிப்படையாகிடும். இந்தக் கருத்து மிகவும் சிறப்பாக அளிக்கப்பட்டுள்ளது வள்ளுவரால் குறள் எண் 321 இல், அது கீழ்க்கண்டவாறு மொழிபெயர்க்கப்படலாம்:-

கொல்லாமை தவிர்த்த நற்குணம் என்ன?
ஏனெனில்
கொல்லுதல் அதனுடன் மற்றெல்லாத் தீமையையும்
கொண்டு வருகிறது.

தாவர உணவு உண்பவரின் உலக மாநாட்டுப் பிரதிநிதிகள் கோயம்புத்தூரை விட்டுப் போனார்கள், அவர்களின் இந்திய வருகை பயனுள்ளதாக இருந்தது, ஏனென்றால் அவர்கள் ஒரு புதிய பரிமாணம் தாவர உணவாளர் அளிக்கும் வள்ளுவரின் குரலைக் கேட்க முடிந்தது. வள்ளுவரின் குரல் ஒரு புதிய கோணத்தில் தாவர உணவாளர் இயக்கத்துக்கு ஆதரவு அளிப்பதைக் கேட்க முடிந்தது.

11 மனிதனின் பரிணாம வளர்ச்சிக்கு வள்ளுவரின் மூலத்திட்ட வரைவுப்படம் (Blueprint)

திருவள்ளுவர் கண்ணைக் கவரும் விளக்க வரைவை மனிதனின் பரிணாம வளர்ச்சிக்காகப் பெற்று இருக்கிறார். அவர் அறிகிறார் ஒரு சராசரி வீட்டுக்காரர் வழக்கமாகச் சுய நலம் விரும்பியாகவும் குறுகிய பார்க்கும் ஆற்றல் பெற்றவராகவும் இருக்கிறார். ஆகையால் அவர் அவருக்கு முன்னே தன்னால் நிறைவேற்ற முடிந்த ஒரு கருத்தியல் உருவைத் தொங்க விட்டுக் கொண்டு இருக்கவேண்டும். அவர் அவருக்கு முன்னே கருத்தியல் புகழை வைத்துக்கொள்கிறார் மற்றும் தனக்கான சில நற்குணங்களை நடத்தையில் கொண்டு வந்து அந்த இல்வாழ்வார் புகழை நிறைவேற்றும் நிலையை ஏற்படுத்திக் கொள்கிறார்.

அந்த இல்வாழ்வார் புகழை நிறைவேற்றிய சமயத்தில், தேவையான விதிக்கப்பட்டுள்ள நற்குணங்களை நடைமுறைக்குக் கொண்டுவந்து, அவர் குறைவான சுய நலம் விரும்பியாகவும், புகழை விட உயர்வான கருத்தியல் தகுதி அடைவதற்கு வேலை செய்யும் தகுதியையும் பெறுகிறார். இந்தத் தருணத்தில் வள்ளுவர் அவர் முன் மிகவும் பெரிய கருத்தியலை வைக்கிறார். அவர் எப்பொழுதும் உள் இன்பமும் அமைதியும் உடைய மனிதராக இருக்க வேண்டும் என்று விரும்புகிறார். இந்தக் காரணத் துக்காக, அவர் புகழை அடைந்து விட்ட அந்த வீட்டுக்காரர் சிந்தனையாளராகவும், நடுவராகவும், தியாகம் செய்யும் இயல்பு உள்ளவராகவும், துறவு மனப்பான்மை கொண்டவராகவும் ஆகி எப்பொழுதும் இன்பம் பெற வேண்டும் என்று விரும்புகிறார். இந்தக் கருத்தியலை அவர் நிறைவேற்றிய பிறகு, அவர் தகுதி உடையவராக முக்கியமான மற்றும் வெற்றி ஈட்டித்தருகின்ற சமுதாய உறுப்பினராக, மற்றும் நாட்டின் குடிமகனாக மற்றும் பிரபஞ்ச மனிதனாகவும் ஆகிறார். இத்தருணத்தில் வள்ளுவர் அவர் முன் சான்றோர் அல்லது மிகைப்படியான மனிதன் கருத்தியலை வைத்து அவரை இதை இன்னும் உயர்வான நற்குணங்களைப் பெற்று நிறைவேற்றிட அவரை அழைக்கிறார்.

உளவியல் மருத்துவத்தில் உத்திகளைப் பயன்படுத்திக் கீழ்நிலையில் இருந்து மேலே செல்வதற்கு உதவி, நாம் சான்றோராக ஆகும் கருத்தியலை நிறைவேற்றும் வரையிலும், எப்படித் திருவள்ளுவர் நம்மை அன்புடன் கையைப் பிடித்து அறிவுறுத்தி இணங்கச் செய்கிறார் என்ற ஆய்வு உண்மையிலேயே தெளிவையும் மகிழ்ச்சியையும் அளிக்கிறது.

சான்றோர் என்னும் தமிழ்ச் சொல்லை ஆங்கிலத்தில் மொழி பெயர்ப்பது கடினம்: ஏனெனில் சான்றோன் என்கிற மனிதன் வேறுபட்ட, ஆனால் சிறப்பான நற்குணங்களைப் பெற்றிருக்கிறான். திருவள்ளுவர் கருத்துப்படி, சால்பு, சான்றோனின் நற்குணம், ஐந்து சிறப்புமிக்க நற்குணங்கள் கொண்ட குழு, பெயரளவில், பிரபஞ்ச அன்பு, உணர்வு, உதவி அனைவருக்கும், இரக்கம், உண்மை பேசுதல்(குறள் எண் 983).

திருவள்ளுவரின் கருத்துப்படி சான்றோரின் பண்புகள் யாவை? அவன் தன் எதிரியைக்கூட நேசிக்கும் அளவுக்குஅன்பு நிறைந்த மனிதன். குறள் எண் 987 இல் திருவள்ளுவர் கேட்கிறார்:-

உனது சால்பினால் என்ன பயன்,
நீ நன்மை செய்யாவிட்டால்
உனக்குத் தீங்கு செய்தவர்களுக்கும் கூட.

இது மற்றொரு கன்னத்தைக் காட்டு என்னும் கொள்கையை விடத் தூரத்தில் போகிறது. சான்றோர்கள் தெளிவானவர்கள், ஆதலால் அவர்கள் கருத்தியல்புகளை உறுதியுடன் காப்பதில் வல்லவர்கள். அவர்களை ஆழிப் பேரலை சூழ்ந்தாலும் கூட, சான்றோர்கள் அசையாமல் நேரே நிற்பார்கள் (குறள் எண் 989). திருவள்ளுவரின் கருத்துப் படி சான்றோர்களின் ஒழுங்கு விரைவு இயக்கம் சார்ந்த கொள்கை பூமியை அதனின் சுமைகளைத் தாங்கச் செய்கிறது. குறள் சொல்கிறது:-

பூமி அதன் சுமையைத் தாங்க முடியாமல் போகும்
சான்றோர்கள் அவர்களின் நற்குணத்துக்கு குறைவு
ஏற்படுமானால்.   (990)

'நான்' எனும் உணர்ச்சி விளையாட்டால் சான்றோர்களின் கவனம் திசை திரும்பாது. உண்மையில், அவர்கள் நான் எனும் உணர்ச்சி இல்லாதநிலையை, 'நான்', 'என்னுடையது' சார்ந்த மயக்கங்களைத் துடைத்துவிட்டு வரச் செய்கிறார்கள்.

அவர்கள் கீழ்நிலையில் உள்ளவரிடம் இருந்து தோல்வியை ஏற்றுக்கொள்ளும் அளவுக்கு உயர்ந்த குணம் பெற்றவர்கள். (986)

வேறு ஒரு இடத்தில் குறிப்பிடப்பட்டுள்ளதைப்போல, ஒவ்வொரு மனிதனும் அவன் தன்னை சான்றோர் நிலைக்கு உயர்த்திக்கொள்வதைத் தனது கடமையாக உணரவேண்டும் மற்றும் ஒவ்வொரு சான்றோரும் காலத்துக்கும் இடத்துக்கும் தேவைப்படுகிற எல்லா நற்செயல்களையும் செய்ய வேண்டும் என்பதையும்.

சான்றோராக ஆவதற்கு முன், தனி மனிதன் முதலாவதாக இல்வாழ்வானாகவும் மற்றும் அதற்குப் பின்னர் சுயநலம் பேணாத துறவியாகவும், தனது தகுதி காண் பருவத்தை முடிக்க வேண்டியிருக்கிறது.

திருவள்ளுவர் கருத்துப்படி எந்த நற்பண்புகளை இல்வாழ்வான் நடைமுறைக்குக் கொண்டு வரவேண்டும்? அவர் மிக விரிவான மற்றும் குழப்பமற்ற வரையறையை நற்பண்புக்குக் கொடுத்திருக்கிறார்:-

எல்லா நற்பண்பும் அடங்கி இருக்கிறது மனதளவில் அழுக்கிலிருந்து விலகி;
மற்றவை எல்லாம் பகட்டு வேலைப்பாடு. (34)

நாம் மனதை அழுக்குக்கு அப்பால் எப்படி வைத்துக் கொள்வது? குறள் எண் 35 சொல்கிறது:-

நற்பண்பு அடங்கியிருக்கிறது
நான்கு தீய குணங்களை அகற்றும் செயலில்
பொறாமை, கவர்தல், கோபம் மற்றும் தீய பேச்சு
ஆகியவற்றை.

இந்தக் குணங்கள் அகற்றுவதற்குக் கடினமானவை. ஆனால் நாம் அப்படிச் செய்யாவிட்டால், நம்மால் மகிழ்வையோ அல்லது புகழையோ நிறைவேற்ற முடியாது என்று, திருவள்ளுவர் நமக்குச் சொல்கிறார். (39)

தனி மனிதனின் இல்லற வாழ்வைப் பற்றிப் பேசும்போது, வள்ளுவர் சொல்கிறார் அது காதல் மற்றும் பண்பாட்டால் அடையாளப்படுத்தப்பட்டால், அது நிறைவேற்றும் தன்மையைப் பெற்று அதற்கும் நிறைவு ஏற்படுத்தும் என்று சொல்கிறார். (45)

இல்வாழ்வான், அடிக்கடி மிகவும் பொறுப்புள்ள வள்ளுவரால் வகுக்கப்பட்ட வேலைகளை முடிக்க அழைக்கப் படுவதால், அவர் இவ்வேலைகளை விருப்பத்துடன் உற்சாகமாகச் செய்யும் நிலைக்கு அவர்களைக் கொண்டு வந்து இல்வாழ்வானுக்குச் சொல்கிறார்:-

> இல்வாழ்க்கை எப்படி வாழப்பட வேண்டுமோ அப்படி,
> வாழும் மனிதன்,
> விண்ணுலகக் கடவுளருடன் வைக்கப்படுவான். (50)

இல்வாழ்வானுடைய கடமைகள் அவனுக்கு நற்குணம் உடைய மனைவி இல்லாவிட்டால் தடைப்படுத்தப்படும். மனைவியை வள்ளுவர் கணவனின் வாழ்வுத்தோழி என்று விவரிக்கிறார். மனைவியின் நற்குணங்கள் என்னும் அதிகாரத்தில், கற்பை நற்குணங்களில் தலையாயதாகக் காண்கிறார். அவர் கூறுகிறார்:-

> கற்புடைய பெண்,
> தெய்வீக அருள் திறன்களை வளர்த்துக்கொள்வாள். (54)

மற்றொரு குறள் சொல்லுகிறது:-

> ஒரு பெண் துயிலில் இருந்து கண் விழிக்கிற பொழுது,
> கடவுளைத் தொழுகிறதில்லை, ஆனால் தொழுகிறாள்
> அவளது கணவனை,
> 'பெய்யட்டும் மழை', என அவள் சொல்லுகிற போது
> மழை பெய்யும். (55)

குறள் எண் 57 சொல்கிறது:-

> ஒரு இல்லாளுக்குப் பாதுகாப்பு அவளின் கற்பு,
> மற்றெந்தப் பாதுகாப்புக் காவலும் இல்லை அவளுக்கு.

மனைவி இல்லத்தின் இராணி மற்றும் மண வாழ்வில் அவளின் பங்கு ஈடுஇணையற்றது. அதனால் தான் வள்ளுவர் குறள் எண் 53ல் கேட்கிறார்:-

> உன்னிடம் இல்லாதது என்ன இருக்கிறது
> உன் மனைவி சிறந்த நற்குணம் உடையாளெனில்?
> அவளிடம் நற்குணம் இல்லை எனில்,
> உன்னிடம் என்ன இருப்பதாகச் சொல்லப்படும்?

ஒரு சரியான இல்வாழ்க்கை இணையரிடையில் உள்ள தடைகளை முதலில் தகர்க்கிறது மற்றும் பின்னர் அவர்களுக்கு மிகஉயர்வான செயல்களான சுய தியாகம் மற்றும் தன்னலமற்ற அன்பு ஆகியவற்றில் பயிற்சி அளிக்கிறது. வீட்டிற்குக் குழந்தைகள்

வருகையால் இல்ல வட்டம் அகலமாகிறது மற்றும் அதன் விளைவாக தன்னலமற்ற தன்மையும் மேலும் அதன் சுற்றெல்லையும் அதிகமாகிறது.

முன்பின் தெரியாத ஒருவரின் குழந்தை அதன் மாசுபடிந்த கைகளைக் காபிக்குள் இட்டுவிட்டால், நீ அருவருப்பாக உணருகிறாய், அந்த மாசு படிந்த கரங்கள் உங்கள் குழந்தைகளுடையனவானால், காபி சுவைக்குப் புதிய பரிமாணத்தை அவர்களது காபியில் விளையாடிய அவர்களுடைய கைகள் கொடுக்கின்றன. வள்ளுவர் சரியாகத்தான் சொல்லுகிறார்:-

> இளங்கைகளால் துழாவப்பட்ட கூழ்
> குழந்தைகளுடைய
> பெற்றோர்களுக்கு மிகஇனியது அதிகமாக
> தெய்வீக அமிழ்தத்தை விட. (64)

குழந்தைகளுடைய மழலை அவனுக்கு இசையாகும், புல்லாங்குழல் மற்றும் யாழின் இசையை விட உண்மையில் உயர்ந்ததாகும். தங்கள் குழந்தைகளின் இனிய மழலையைக் கேட்காதவர்கள் குழல் இனியது மற்றும் யாழ் இனியது என்று சொல்லுகிறார்கள். (66)

அன்பு மற்றும் பற்று ஆதரவு குடிகொண்டுள்ள சூழலில் குழந்தைகள் வளர்க்கப்படுகிறார்கள்.

இப்பொழுது வள்ளுவர் குழந்தைகளை வளர்ப்பதில் தந்தையின் பொறுப்புப் பற்றி விவரித்துச் சொல்கிறார்:-

> தந்தையின் கடமை மகனைப் பொறுத்தவரை
> அடங்கி இருக்கிறது
> கற்றோர் நிறைந்துள்ள அவையில் முதல் வரிசை
> இருக்கையில் அமரச் செய்வது. (67)

மற்றும் மகன் தந்தையினுடைய கடமையை நிறைவேற்றுவதற்கு ஒத்துழைக்கிறான். மகனுடைய நோக்கம் கருத்தியல் சான்றோனாக ஆவதாக இருக்கவேண்டும் என்றும் கூறுகிறார்.

> தாய் தன் மகன் சான்றோனாகியதைக்
> கேட்கிறபோது
> மிகவும் மகிழ்வாள், அந்த நொடியில்,
> அவள் அவனை ஈன்ற பொழுதைக் காட்டிலும். (69)

மகனுக்கான சிறந்த வழி அவனது தந்தையுடைய அன்பைத் திரும்பிச் செலுத்துவதற்கு, மனிதர்கள் அவன் பற்றிக் கீழ்க்கண்டபடி சொல்லச் செய்வது:-

என்ன சிறந்த தவம் செய்து
அவன் தந்தை அவனைப் பெற்றான்?

சொந்த உறவு முறைக்குள் இருக்கவேண்டிய நெருக்கமான அன்பு தந்தை, தாய், மகன் ஆகியவர்களுக்குள், குடும்ப உறுப்பினர்களை ஒன்றுபடுத்திக்காக்கும் அன்பு வீணாகிவிடக்கூடாது சுயநலம் காக்கும் முயற்சிகளுக்காக ஆனால் அது தனிமனித எல்லைகளைத்தாண்டி பிரபஞ்சப் பண்பாக குடும்பம், சமுதாயம் நாடு ஆகியவற்றைக் கடந்து செல்லவேண்டும். குறள் எண் 72இல், வேறுபாடுகள் உண்மையான அன்பு தன்னை மாற்றிக்கொள்கிறது மிகமிக உயர்ந்த மிகமிக புனிதமான தியாகச் செயல்கள் மூலம், மற்றும் அன்பு இல்லாத அல்லது குன்றிய நிலையின் வாயிலாகவும், கல்போன்ற இதயம் கொண்டவர்களை அடையாளம் காட்டி விளக்கப்படுகின்றன. அந்தக் குறள் சொல்கிறது:-

அன்பற்ற மனிதர்கள் அனைத்தையும் தமக்கே
உரிமையாக்குவர்
ஆனால் அன்புடையார் பிறர்க்கு உரிமையாகிறார்
அவர்தம் எலும்புகள் மற்றெல்லாம் கொடுத்து. (72)

அன்பின் முக்கியத்துவத்தை நிறுவிய பின், வள்ளுவர் இல்வாழ்வானை அழைத்து விருந்தினருக்கு உபசரிப்பு செய்யுமாறு கூறுகிறார். 2000 ஆண்டுகளுக்கு முன்னே, தமிழ் நாட்டில் பல உணவு விடுதிகளோ அல்லது சத்திரங்களோ கிடையாது. மாறுகின்ற அளவில் பருமனைக் கொண்ட கிராமங்களே முழுதும் இருந்தன. யாத்திரிகர்கள், வணிகர்கள் மற்றும் உண்மையைத் தேடும் அறிவாளிகள் மற்றும் கவிஞர்கள், அவர்களின் நீண்ட பயணங்களை நடந்தே பயணிப்பது அவர்கள் வழக்கம். அன்றாடப் பயணங்களை அந்தி மாலைப் பொழுதில் முடிவுக் குக் கொண்டு வருவதையும் அடுத்த நாள் பயணத்தைப் பொழுது விடியும் சமயத்தில் தொடங்குவதையும் காணலாம். தமிழ் நாட்டின் தட்ப வெப்பம் மூன்று மாதங்களைத்தவிர மற்ற மாதங்களில் யார் வேண்டுமானாலும் திறந்த வெளியாய் உள்ள ஆகாயத்துக்குக் கீழ்ப் படுத்துக்கொள்ளலாம் அங்குள்ள வீடு களின் திண்ணைகளில் தங்குவதற்கு வாடகை ஏதும் அத்தகைய

பயணி கொடுக்கவேண்டியதில்லை. இத்தகு சூழலுக்கு ஒப்ப வள்ளுவர் விருந்தோம்பலுக்கு அளிக்கும் முக்கியத்துவம் விருந்தினர் உபசரிப்புக்கு அவர் வழங்கும் முன்னுரிமை அறிந்து கொள்ளப்பட வேண்டும். விருந்தினர்கள் தெரிந்தவர்களாகவோ அல்லது தெரியாதவர்களாகவோ இருக்கலாம் மற்றும் யார் வீட்டுக்கு வந்தாலும் அவர்களை அன்புடன் வீட்டுக்குள் அழைத்துச் சென்று உபசரிக்க வேண்டும். எல்லோரும் பிச்சை எடுத்து வாழும் இரவலர்கள் இல்லை. சாதாரணமாக அவர்கள் அதிக உணர்வுள்ள மனிதர்கள் கவிஞர்கள், கலைஞர்கள், தத்துவ ஆசான்கள். அப்படிச் சொல்கிறது குறள் எண்:*90*:-

நாம் அனிச்ச மலரை நுகர்ந்து பார்த்தால்
அது உலர்ந்து வதங்கி விடும்;
அதைப்போல
நீங்கள் ஒரு விருந்தினரை வரவேற்காத
முகத்துடன் பார்த்தால்,
அவரும் ஏதோ சிறிய காரணம் சொல்லி
வாடி மறைந்து விடுவார். ***(90)***

இனிய பேச்சு வாழ்க்கைச் சக்கரத்தின் உராய்வைக் குறைக்கிறது மற்றும் வாய்வுமண்டலத்தை அல்லது சூழலை நேர்மறைப் படைப்பாற்றலுடன் வைத்திருக்கிறது. உண்மையில், ஒரு நல்ல பரிசு புன்முறுவல் அற்ற முகத்துடன் வழங்கப்படுவதை விட மலர்ந்த முகத்துடனும் இனிய பேச்சுடனும் அளிக்கப்படுவது நிறைந்த பயனைக் கொண்டு வரும். *(92)*

மக்கள் இனிய பேச்சில் ஈடுபடுவதன் மூலம் அதிகமான உயர்ந்த பயனைப் பெறுபவர்கள் வாணிகம் வேண்டாதவர்கள் போல் ஏன் கடுமையான சொற்களைப் பயன் படுத்தி உறுதியான இழப்பைப் பெறுகிறார்கள் என்று வள்ளுவர் வியப்படைகிறார்.

இல்வாழ்வான் வளர்த்துக்கொள்ள வேண்டும் என்று வள்ளுவர் விரும்பும் மற்றொரு நற்குணம் செய்நன்றியறிதல். நன்றியறிதலின் விடுவிக்கும் பண்பு மனித மனதில் எவ்வளவு முக்கியமானது என்பது அவருக்குத் தெரிந்தது; அவர் சொல்கிறார்:-

அது நல்லதல்ல
நமக்குச் செய்யப்பட்டுள்ள நல்லதை மறத்தல்,
ஆனால் நமக்கு இழைக்கப்பட்டுள்ள தீங்கை உடன்
மறப்பது நல்லது. ***(108)***

நமக்கு மற்றவரால் செய்யப்பட்டுள்ள அன்புச் செயலை நினைப்பது நமது மனதுக்கு மகிழ்வும் மற்றும் உடலுக்கு இன்பமும் விளைக்கும். உடல் அல்லது மனம் ஆகியவற்றுக்கு ஏற்படுத்தப்பட்டுள்ள வலியை நினைவில் கொள்வது உடலுக்கு மற்றும் மனதுக்கு நல்லதல்ல. அதனால் தான் ஆசான், 'அது மிக விரைவில் உடனே மறக்கப்பட வேண்டும்' என்று சொல்கிறார்.

வள்ளுவர் நமக்கு இழைக்கப்பட்டுள்ள தீங்குக்கு எப்படி எதிர்வினை வழங்குவது என்பது குறித்து ஆலோசனை வழங்குகிறார். ஒரு மனிதன் நமக்குக் கொலை செய்யும் நோக்கத்திலான காயம் ஏற்படுத்தி இருந்தாலும் கூட, இதற்கு முன்பு அவன் செய்த நன்மையை மனதில் கொண்டால், அதன் விளைவு துடைக்கப்படும். (109)

வள்ளுவர் இல்வாழ்வானைப் பின்பற்ற வேண்டும் மற்றொரு குணம் நடுநிலை. இது அறிவுடையாரின் அணிகலன்; நடுநிலையில் இருப்பதற்காக இரண்டு பக்கங்களில் எந்தப் பக்கமும் சாயாமல் துலாக்கோலில் உள்ள முள் போல் தராசின் இரண்டு தட்டுக்களில் சமமான எடையைக் கொண்டு உள்ள நிலையில் இருக்க வேண்டும். (118)

அடுத்து வரிசையில் உள்ளது அடக்கம் அல்லது பணிவு. திருவள்ளுவர் சொல்கிறார்:-

> அடக்கம் உன்னைத் தெய்வத்துள் வைக்கும்
> ஆனால் அது இல்லை என்றால் உன்னை ஆழமான
> இருளில் அமிழ்த்தி விடும் (121)

இந்தக் கருத்து ஹாசிலிட்டின் வாக்கியம் 'அடக்கம் நற்குணங்களில் மிகவும் மோசமானது' என்பதற்கு எதிராக போகிறது. கற்றல் மிகுந்தவன், எவ்வளவு அறியாமல் அவன் உள்ளான் என்பதை உணர்த்தும் அடையாளம் அடக்கம். வள்ளுவர் சொல்லுகிறபடி:-

> அடக்கம் எல்லோருக்கும் நல்லது
> ஆனால் அது செல்வந்தரால் காட்டப்படும்போது
> அது ஒரு சிறப்பான செல்வம் போல் ஒளிவிடுகிறது.

ஒரு அடக்கமில்லா மனிதன் கோபமடைந்து அவனுடைய நாவை எளிதாகத் தேவையின்றிப் பயன்படுத்தி, மற்றும் அதனால் துயரத்துக்கு உட்படுகிறான். இதனால் தான் வள்ளுவர் சொல்லுகிறார்:-

எரிகிற நெருப்பால் ஏற்பட்ட காயம்
உள்ளாக ஆறலாம்,
ஆனால் நாவால் சுட்டு கொப்புளம் ஆன புண்
ஒரு போதும் மறையாது.

அடுத்து வள்ளுவர் இல்வாழ்வானை ஒழுக்கத்தை வளர்த்துக் கொள்ள வேண்டுகிறார். அது இறப்புக்குப் பின் அவனுக்கு சொர்க்கம் கொன்டுவரும் என்று அவர் சொல்லவில்லை. அவர் சொல்லுவதெல்லாம் ஒழுக்கம் மனிதனுக்குச் சமுதாயத்தில் மரியாதையான இடத்தைக் கொடுப்பதால் அது வாழ்வை விட அதிக மதிப்புடையதாகக் காக்கப்படும் என்றே. (131)

குறள் எண் 137ல், அவர் சொல்கிறார்:

ஒழுக்கமுடையவன் உயர்வை அடைகிறான்;
ஆனால் ஒழுக்கமிலாதவன் அளவிலா அவமானத்தை
அடைகிறான்.

ஒழுக்கம் மட்டுமே மகிழ்வை உருவாக்குகிறது, என்பதைக்கூறி வள்ளுவர் நம்மை நல்லொழுக்கத்தை வளர்க்கச் சொல்லி வற்புறுத்துகிறார். குறள் எண் 138 சொல்லுகிறது:-

நல்ல ஒழுக்கம் விதைக்கிறது விதை,
அதிலிருந்து தான் மகிழ்வு முகிழ்க்கிறது,
ஆனால் தீய ஒழுக்கம் கொடுக்கும் முடிவில்லாத் துயரம்.

வள்ளுவர் குறிப்பாகக் கூறுகிறார் ஒரு இல்வாழ்வானாக இருப்பவன் மற்றவனுடைய மனைவியைக் கவரமாட்டான் என்று. அவர் சொல்கிறார்:-

நிற்கிற எல்லா முட்டாள்களுள்ளும்
நற்குணத்தின் புற எல்லையில்,
எந்த முட்டாளும் மிக உயர்ந்தவனில்லை
அங்கே நின்றுகொன்டிருக்கிற ஒருவனைவிட
மற்றவனின் வீட்டின் ஓரத்தில்.   (142)

வள்ளுவர் மற்றவன் மனைவியைக் கவராமல் இருப்பதற்கு எவ்வளவு மிகுதியான துணிவு தேவைப்படுகிறது என்பதை அவர் அறிகிறார். எப்பொழுது அந்தத் துணிவு ஒருமுறை எய்தப்படுகிறதோ, பெரிய மாண்பு அதனுடன் போகிறது என்று அவர் மேலும் அறிகிறார். குறள் எண் 148ல், அவர் கூறுகிறார்:-

அந்தத் தலைசிறந்த மனிதத் தன்மையின் துணிவு
மற்றவனின் மனைவியைப் பார்க்காதது,
வெறும் பெரியவரின் நற்குணம் மட்டும் அல்ல;

அது அவர்களுக்குத் தருகிற ஒரு பெரிய மாண்பு. (148)

பொறுமையின் பக்கம் திரும்பி, வள்ளுவர் இல்வாழ்வானுக்குச் சொல்கிறார்:--

பூமி பொறுத்துக்கொள்வது போல
அதை வெட்டி உள்ளே செல்பவர்களைக்கூட,
பொறுப்பது முக்கியமாகிறது
நம்மைத் திட்டுபவர்களைக் கூட.   (151)

குறள் எண் 153 ல், அவர் நமக்கு ஒரு உற்சாகமான மற்றும் சிந்தனையைத் தூண்டுகிற சுருக்கம் கொடுக்கிறார்:-

வறுமையுள் வறுமையாய்
இருக்கிறது
விருந்தினருக்கு உணவின்றி அனுப்பி விடுவது.
பலத்தில் சிறந்த பலமாய்
இருக்கிறது
முட்டாள்களைப் பொறுத்துக்கொள்வது

விருந்தினரை உபசரித்தல் மற்றும் முட்டாள்களைப் பொறுத்துக்கொள்வது ஆகிய இரண்டும் ஒரே பக்கத்தில் ஒன்றன் பின் மற்றொன்றாக இந்தக் குறளில் போகின்றன. குறள் 160ல் அவர் சொல்கிறார்:-

பட்டினி இருந்து தவம் புரிவோர்
பெரியவர்களே
ஆனால் அவர்கள் இரண்டாவது தான்,
மற்றவர் தீயசொற்களைப் பொறுத்துக்
கொள்வோரைப் பார்க்குமிடத்து.

வள்ளுவர் அடுத்து இல்வாழ்வானைப் பொறாமையில் இருந்து தன்னை விடுவித்துக் கொள்ளும்படி கேட்கிறார். பொறாமையை வில்லியம் சேக்ஸ்பியர் என்கிற பிரிட்டானிய கவிஞர் 'பச்சைக் கண்கள் உள்ள தேரை', என்று கூறுவார். குறள் எண் 165ல் வள்ளுவர் சொல்கிறார்:--

பொறாமை உடையார்க்கு
அதுவே போதுமான தண்டனையாய் இருக்கிறது;
எதிரிகள் இல்லாவிட்டாலும் அதுவே அவர்க்கு
அழிவைத் தரும்.

திருவள்ளுவர் இல்வாழ்வானுக்கு அளிக்கிற அடுத்த ஆலோசனைமற்றவரது பொருளுக்கு ஆசைப்படாதே என்பதாகும். பிரிட்டானிய பிரதம மந்திரி கிலாட்ஸ்டோனின் திருட்டார்வம் (Kleptomania) எப்படி அவருக்கு இழிவு கொண்டுவந்தது

என்பது நமக்குத் தெரியும், மற்றபடி அவர் மிகச் சிறப்பான ஆளுமை கொண்டவர். மற்றவர் பொருளுக்கு ஆசைப்படாமைக்கு அடுத்தபடியாக, பின்னால் பேசிப் புறங்கூறும் குணத்தை விட்டு விட வலியுறுத்துகிறார். புறங்கூறுதல் அன்பு கொள்ளும் வழிக்கு நேர் எதிர் மாறானது மற்றும் நட்பையும் ஒற்றுமையையும் அழிக்கும் தன்மை கொண்டது. குறள் எண் 187, சொல்கிறது:-

யாருக்குத் தெரியாதோ
சிரிப்புடன் நட்பை வளர்க்க, அவர்
பின்னால் ஒருவரைப் பற்றி இழிவு பேசி,
மிக நெருங்கிய உறவினரைக்கூட
நட்பைக் கெடுத்துப் பிரித்து விடுவார்.

புறங் கூறுவோர் மீது வள்ளுவர் வெறுப்பைக் கொட்டுகிறார் வியப்புடன்:-

அறச் சிந்தனையுடன் தான்
பூமி அந்த ஒருவனின் சுமையைப்
பொறுத்துக்கொள்கிறது
அவன் மற்றவர்க்குப் பின்னால் அவதூறு
பேசினாலும். *(189)*

குறள் எண் 190ல் கவிஞர் கேட்கிறார்:-

மக்கள் தங்கள் குற்றத்தைக் கண்டுபிடிக்க
வேண்டும் என்றால்,
மற்றயோர் தவற்றைக் கண்டு பிடிக்கிற போது கூட,
மனித குலத்துக்கு தீங்கேதும் நிகழுமா? *(190)*

வள்ளுவர் இல்வாழ்வானுக்கு அடுத்த அறிவுரை கூற முனைகிறார், பயனற்ற வார்த்தைகளைப் பயன் படுத்தாமல் இருப்பதற்கு, தீய செயல்களை செய்வதற்கு அச்சமுறுத்து வதற்குக் கூட கற்றுக்கொள்ள வேண்டும். குறள் எண் 205 இல், அவர் சொல்கிறார்:-

தீங்கு செய்யாதே, நான் எழை என்று
சொல்லிக்கொண்டு;
செய்தால், நீ இன்னும் மேலும் ஏழையாய் ஆவாய்.

குறள் எண் 204 இல், அவர் சொல்கிறார்:-

மறந்துங்கூட நினைக்காதே,
மற்றவர்களை அழிக்க;
நற்குணம் தீமையில் அமிழ்த்தி விடும்
அந்த மனிதனை, மற்றவருக்குத் தீமை செய்ய
நினைக்கிறவனை.

திருவள்ளுவர்

ஒரு தனி அதிகாரத்தில், வள்ளுவர் அனைவருக்கும் நன்மையே வேண்டும் என கட்டளை இடுகிறார்:-

> நன்மை செய்தல் எதிர்பார்ப்பது இல்லை
> எந்தப் பதிலுதவியும்;
> பூமி எப்படி மேகங்களுக்கு திரும்ப கொடுக்க முடியும்
> கருணையுடன் அவை வழங்கும் மழையை! *(211)*

கடவுளர் உலகத்தில் மட்டுமல்ல, இங்கே பூமியில் மானுட உலகத்திலும் கூட, நாம் நன்மை செய்தலை விட உயர்ந்த நற்குணத்தைக் காண நேருமா? என்பது வள்ளுவரின் உறுதியான தீர்ப்புரை.

> தமது செல்வத்தை மற்றவர்க்கு அளிப்பவர்கள்,
> இருக்கின்றனர் ஊற்றுக்களால் நிறைவடையும்,
> விளிம்பு வரை நிரப்பப்படும் குடிநீரைக்
> கொண்ட ஏரிபோல.   *(215)*

> செல்வம், அருள் மிகுந்த ஒருமனிதன் கைகளில்
> உள்ள போது,
> இருக்கிறது அது
> ஊரின் நடுவிலுள்ள முற்றிய பயன்தரும் பழமரம்
> போல.   *(216)*

நன்மை செய்வதால் தீங்கு வருமென்றால் அந்த நன்மை செய்தலைப் பெறுவதற்கு ஒருவர் தன்னை விற்றுக்கூட அதைப் பெறுவது தகுதி உடையதாகும். (குறள் எண் *220*)

செல்வம் உள்ளவர்களை வற்புறுத்தி இல்லாதவர்களுக்கு உதவச் செய்வதற்குத் திருவள்ளுவரிடம் ஆயிரம் வழிகள் உள்ளன குறள் எண் *225* சொல்கிறது:-

> பசியைப் பொறுத்துக்கொள்வது ஒரு பலமான சக்தி
> ஆனால் இது யார் அந்தப் பசியை, கொடுப்பதன் மூலம்
> தணிக்கிறார்களோ, அதற்கு அடுத்ததுதான்.

திருவள்ளுவர் கடின இதயம் கொண்ட உலோபிகளைப் பார்த்து இரக்கப்படுகிறார். ஏனெனில் அவர்கள் வாழ்வு முழுவதும் சேர்த்துவைக்கும் செல்வத்தைவிட்டுவிட்டு திடீரென இறக்கிறார்கள். அவர் புன்முறுவல் பூக்கும் உணர்வுடன் கேட்கிறார்:-

> கொடுப்பதில் உள்ள இன்பம் அவர்களுக்குத் தெரியாதா-
> கடினஇதயம் படைத்த மனிதர்கள் பதுக்கல்காரர்கள்
> குறிப்பாக எல்லாப் பதுக்கலையும் இழப்பதற்கா? *(228)*

வள்ளுவர் உணர்வின் உச்சத்துக்குப் போவதற்கு கொடுத்தலைப்பற்றிய அதிகாரத்தில் கீழ்க்கண்ட குறளைப் பயன்படுத்துகிறார்:-

அங்கே மிக மோசமான தீமை ஏதுமில்லை
இறத்தலை விட;
இறப்பும் கூட இனிமையாகும்
நீ கொடுக்கும் திறனை இழந்து விட்டால். (230)

பட்டியல் இடப்பட்டு, மேலே விவாதிக்கப்பட்ட எல்லா நற்குணங்கள் அனைத்தையும் இல்வாழ்வானுக்கு பரிந்துரைத்து இந்த நற்குணங்கள் எல்லாம் நடைமுறையில் வைத்துக்கொண்டால் வரும் விளைவு புகழ் என வள்ளுவர் அவனுக்குச் சொல்கிறார். அவர் இந்தக் கருத்தியலைக் கவர்ச்சியாகச் சொன்னார்:-

இந்த உலகத்தில் அழிவில்லாதது எதுவும் இல்லை
புகழைத் தவிர, அது உன்னை உயர்த்துகிறது
உலகத்தின் கண்களில். (233)

புகழை நிறைவேற்றுவதற்கான தேவையை வற்புறுத்த வள்ளுவர் கூறுகிறார்:-

நீ இந்த உலகத்திற்குள் பிறந்திருந்தால்,
இந்த குணங்களுடன் பிறந்திருக்க வேண்டும்
அவை புகழுக்கு உரித்தானவை;
அந்த குணங்களைப் பெற்றிருக்காதவர்கள்,
பிறக்காமலே உலக நன்மைக்காக இருந்திருக்கலாம். (236)

வள்ளுவர் பற்களைக் கடித்துக் கொண்டு மேலும் சொல்கிறபோது, நாம் கேட்கிறோம்:-

இந்த மண், புகழற்ற மனிதனைச் சுமையாகத்
தாங்குவது,
விளையாத மற்றும் வளமில்லாதாய் ஆகும் (239)

குறள் எண் 240 வள்ளுவருடைய கடைசித் தீர்ப்பை வெளியிடுகிறது:-

அவர்கள் மட்டும் வாழ்கிறதில்லை,
யார் புகழ் இன்றி வாழ்கிறார்களோ அவர்கள் மட்டும்
மற்றும்
அவர்கள் மட்டும் வாழ்கிறார்கள்
யார் இழிவு இன்றி வாழ்கிறார்களோ அவர்கள் மட்டும்.

புகழ் மீது உள்ள ஆசை முழுதுமாக தன்னலமில்லாத நற்குணம் அல்ல என்பது உண்மை. ஆனால் அது இயல்பான,

மனிதனுக்குப் போதுமான வளமான உளவியல் செயற்காரணம். அந்தவிதமான அருளுடைய மற்றும் தன்னலமற்ற காரணங்கள் போன்ற விருந்து, நன்றி அறிதல், நடுவுநிலை, அடக்கம் , ஒழுக்கம், பொறுமை முதலியன போன்று என்பதை வள்ளுவர் அறிகிறார்.

இந்தக் குணங்களை இல்வாழ்வான் வளர்த்துக் கொள்வதற்குரிய ஊக்கம் அளித்து மற்றும் சமுதாயத்தின் கண்களுக்கு முன் உயர்வான கருத்தியலான புகழைப் பெற்று, இந்த உலகத்தில் வாழ்வது முடிவில்லா மற்றும் தடையில்லா இன்பத்தைக் கொடுக்கும் என்பதை வள்ளுவர் அவன் கண்ணெதிரே வைக்கிறார். இத்தகைய கருத்தியலை நிறைவேற்றுவதற்கு ஏதுவாக, இல்வாழ்வான் சில தன்னலப் பழக்கங்களையும் போக்குகளையும் கைவிட வேண்டும்; ஆனால் இந்த உலகத்தையல்ல. இல்வாழ்வான் ஒரு துறவியாக அல்லது பற்றுகளைக் கைவிட்டவனாக ஆக வேண்டும் அல்லது கைவிடும் தன்மையுள்ளவனாகவும் சிறப்பான மற்றும் கடினமான நற்பண்புகளை வளர்த்துக்கொள்வதன் மூலம் இருக்க வேண்டும் என்று. முதலில் அவன் ஆன்மீக அருளைப் பெறவேண்டும்:-

அருளைப் பெறு நல்ல வழியைப்பின்பற்றி;
எந்த அமைப்பை ஆய்வு செய்தாலும், நீ காண்பாய்
அருள் மட்டும் உனது துணையாக இருப்பதை. (242)

தீய உலகின் இருளுக்கு ஒருகாலத்திலும் செல்ல மாட்டார்கள் அவர்கள் ஏனெனில் அவர்களின் இதயத்தில் இருந்து கசிந்து வருவது அருள் (குறள் எண் 243). சரியாகவே வள்ளுவர் அறிவிக்கிறார்:-

அருளைக் கொண்டு மற்றவருக்கு உதவும் அவர்கள்
தங்கள் உயிருக்காக ஒருநாளும் அச்சம் கொள்ளார். (244)

இந்தக் குறள் தியாக சீலர் மகாத்மா காந்தியின் வாழ்வு மற்றும் செயற்பாட்டுக்கு விரிவுரையாகவும் மற்றும் விளக்கமாகவும் உள்ளது போல் தோன்றுகிறது.

அருள் இல்லாதாற்கு இல்லை மற்ற உலகம்,
பொருள்
இல்லாதவர்க்கு இல்லை இவ்வுலகம் என்பதைப் போல.
(குறள் எண்: 247)

செல்வத்தை இழக்கிறவர்கள்,
ஏதோ ஒரு சமயத்தில் எதிர்காலத்தில் மலரலாம் மறுபடியும்;
ஆனால் யார் அருளை இழந்திருக்கிறார்களோ
இழந்தவர்களே அவர்கள்
ஒருபோதும் அதனை மீளப் பெற முடியாது.   (248)

அருளில்லாதவன் செய்யும் நற்செயலை
ஆராய்ந்தால், அது
அறிவுத் தெளிவில்லாதவன்
உண்மைப் பொருளை
உணர்ந்தது போன்றது.   (249)

அருளை வளர்த்தல், வள்ளுவரின் பார்வையில், எல்லா உயிர்களுக்கும் இரக்கம் அளிக்கத் தேவைப்படுகிறது, அதனால் தான், அதன் மூலமாக அவன் அருள் உடைய மனிதன் ஆகலாம் என்றறிந்து அவர் இல்வாழ்வானைப் புலால் உண்பதைக் கைவிடச் சொல்கிறார். குறள் எண் 251 சொல்கிறது:-

எப்படி அவன் அருளுக்குச் சொந்தமாகக் கூடும்,
யார், தன் தசையை வளர்க்க,
மற்றவர்கள் தசையை உண்கிறானோ, அவன்!

மற்றவர்களால் கொல்லப்பட்ட விலங்குகளின் தசையை நான் உண்கிறேன்; நான் விலங்குகளைக் கொல்வதில்லை, என்ற தந்திரமான விவாதத்துக்கு, வள்ளுவரால் கீழ்க்கண்ட குறளில் (எண்: 256), தக்க பதில் அளிக்கப்படுகிறது:

இந்த உலகம் மறுத்தால்
உண்பதற்காகக் கொல்வதை,
தசை விற்பதற்கு யாரும் இருக்க மாட்டார்
பணம் அடைந்திடும் நோக்கத்துடன்.

இங்கே இந்தச்சூழலில், வள்ளுவர் வாய்ப்பாக எடுத்துக் கொண்டு ஏராளமான விலங்குகள் அவருடைய காலத்தில் மதத்தின் தியாகத்திற்காக கொல்லப்படுவதைக் கண்டிக்கிறார். குறள்:-

புலால் உண்ணாததால் கிடைக்கும் பயன்
நெய்யை ஊற்றி ஆயிரம் வேள்விகள் செய்வதை விட
மிகவும் மிக நல்லது.   (259)

எல்லா உயிர்களும் கைகுவித்து அவனைத் தொழும்,
யார் ஒரு விலங்கைக் கொல்லாமலும் அதன் தசையைத்
தின்னாமலும் இருக்கிறானோ அவனை.   (260)

திருவள்ளுவர்

வள்ளுவர் போற்றுகிற அடுத்த செய்தி தவம் அல்லது தியானம். எளிமையைக் கடைப்பிடித்தல் மற்ற உயிர்களுக்குத் தீங்கு செய்யாமை தவத்தைச் சேர்ந்தன. தவத்தின் மூலம் ஆன்மீக சக்தியை அதிகரித்திருக்கிற மனிதன் அவனிருக்கும் சூழலையே மாற்றுவதற்கு ஏராளமான சக்திகளைப் பெறுகிறான்:-

எதிரிகளுடைய அழிவு
மற்றும் நண்பர்களுடைய உயர்வு
செயல்படுத்தப்படும் வெறும்
எண்ணங்கள் மூலம் மனிதன்
தவம் கடைப்பிடிக்கிறவன் என்றால்.   (264)

ஒருவன் விரும்புவது என்னவாக இருந்தாலும்
கைகூடக் கூடும்
விரும்புகிற ஒருவனின் வழி முறையில்,
தவம் கடைப்பிடிக்கப் படவேண்டும் இங்கே
இப்பொழுதே.   (265)

யார் தவம் செய்கிறார்களோ அவர்கள்
உண்மையிலேயே சரியான கடமையைச்
செய்கிறவர்கள்;
மற்றவர்கள் ஆசையில் கட்டுண்டு
பயனின்றி உழைப்பவர்கள்.   (266)

யார் தவ நோன்புகளைச் செய்கிறார்களோ
புடக்குகை இன்னல் அனுபவித்து
மிகவும் ஒளிமயமாக இருப்பார்கள் புடக் குகையில்
தங்கம் சூடாக்கப்பட்டு ஒளிவிடுவதைப்போல.(267)

எல்லா ஆன்மாக்களும் அவனைத் தொழுவார்கள்,
யார், அவனுடைய தான் என்ற உணர்வை இழந்து,
அவன் தன் ஆன்மாவைக் கட்டுப்படுத்தும் பண்பைப்
பெறுகிறானோ அவனிடம்.   (268)

யார் முழுதுமாக பெற்றுள்ளார்களோ
தவத்தின் மூலம் பெற்றுள்ள சக்தியை அவர்கள்
வெற்றிகரமாக வீழ்த்திடுவார் இறப்பின் அரசனான
எமனைக்கூட   (269)

இல்லாதோர் கூடியுள்ளனர் மற்றும் மிகுதியாகவும்
ஆகி உள்ளனர்,
ஏனென்றால்
தவம் இருப்போர் எண்ணிக்கையில் ஒரு சிலரே,
தவம் இருக்காதவர் பலர்.   (270)

தவம் புரிவோரைப் புகழ்ந்து பேசுகிற வள்ளுவர் தமிருப்போர் போலப் பாசாங்கு செய்து காலங்கழிக்கும் தீய மனிதர்களைக் கண்டிப்பதில் கவனம் செலுத்துகிறார்.

இந்தக் கொடிய இதயம் படைத்தவர்களின் இரகசிய
பாவத்தைப் பார்த்து ஐம்பூதங்கள்
(அவற்றைக்கொண்டு உடம்பு அமைக்கப் பட்டுள்ளது)
மனதுக்குள்ளேயே சிரிக்கும்.   (271)

இங்கே தான் வள்ளுவர் எச்சரிக்கை விடுக்கிறார் வெளி உருவம் கண்டு நாம் ஏமாந்து விடுவதைப் பற்றி:-

யாழ் பார்வைக்கு கோணலாக இருந்த போதிலும்
அது வெளிக்கொணர்கிறது அரிய இசையை,
அம்புயாழ் போல் இல்லாமல், அது நேராக இருந்த போதிலும்
அது வெளிப்படுத்தும் விளைவு கொடிது.

இவ்வாறு, சொல்கிறார் வள்ளுவர்:-

நாம் மனிதனை மதிப்பிட வேண்டும், அவர் தம்
தோற்றத்தை வைத்தல்ல,
ஆனால் அவர்கள் முடிக்கிற உண்மையான
செயல்களை மட்டும் கருத்தில் கொண்டு.   (279)

வள்ளுவர் உண்மையில் ஆன்மீகமற்ற மனிதர்கள் வெளிப்புறத்தில் வைத்திருக்கும் பல்வேறு பொருள்களின் தன்மையை மனதில் கொண்டு இடித்துரைக்கிறார்.

தலை முடியை மழித்துக்கொள்வது அவசியமில்லை
அல்லது தாடியுடன் முகத்தை நீளமாக்கிக் கொள்வதும்
தேவை இல்லை,
உலகம் பழிக்கும் செயல்களை நீங்கள்
கைவிட்டுவிட்டால் போதும்.   (280)

அடுத்து வள்ளுவர் வேண்டுகிறார் கவராமையைக் காக்க வேண்டி:-

கவரும் இதயம் கொண்டோரிடம் திருட்டுத்தனம்
நிற்கிறது உறுதியாக
சமமாக நற்குணம் நிற்கிறது உறுதியாகச்
சீர்தூக்கிப்பார்ப்போர் அனைவர் இதயத்திலும்.   (288)

திருவள்ளுவர்

துறவி அடுத்ததாக உண்மை பேசுவதை (வாய்மை) நடைமுறையாகக் கொள்வது தேவைப்படுகிறது.

> நீங்கள் கேட்டால் உண்மை பேசுவது என்பதன் பொருள் என்னவென்று,
> பேசுகின்ற வார்த்தைகள்
> கறைபடுத்தப்படாதவை, தீமையின் பாதிப்பு
> மிகச் சிறிய அளவில் கூட இல்லாதவை.   (291)

வள்ளுவர் உண்மையைக்கூட நன்மை என்ற உரைகல்லின் மூலம் சோதிக்கிறார் என்ற கருத்தைப் பதிவிடலாம். உண்மை பேசுதல் தீங்கு விளைவிக்குமானால், நாம் என்ன செய்வது? வள்ளுவர் இந்தக் கேள்வியை எதிர்பார்த்துக் கீழ்வரும் குறளில் பதிலளிக்கிறார்:-

> பொய்மை கூட உண்மை உலகத்துக்குச் சொந்தமாகிறது,
> அது குறையற்ற நன்மையை உருவாக்கும் என்றால். (292)

உண்மை பேசுபவர் பிரபஞ்சம் முழுவதும் போற்றப்படுவார் என்று வள்ளுவர் கூறுகிறார். அவர் அறிவிக்கிறார் குறள் எண் 294ல்:-

> யார் பொய்மையைத் தன் இதயத்திலிருந்து கைவிட்டு வாழ்கிறார்களோ
> வாழ்வார்கள் பதிக்கப்பட்டு
> மனித இனத்தின் இதயங்களில் எல்லாம்.   (294)

உண்மை பேசுதல் என்பது பரிசு வழங்குவது மற்றும் தவமிருத்தல் ஆகியவற்றைவிட உயர்ந்தது என்று வள்ளுவர் நினைக்கிறார். உண்மை பேசுதலினுடைய ஆன்மீகத் தன்மையை அவ்வளவு மெய்யென நம்பி வள்ளுவர் கீழ் வரும் குறளில் வற்புறுத்திப் பேசும் அளவுக்குப் போகிறார்:-

> பொய்மையில் இருந்தொருவர் விடுதலை பெற்றிருந்தால்,
> வேறெந்த நற்குணத்தையும் அவர் நடைமுறைப் படுத்தத் தேவையில்லை.   (297)

> வெளித் தூய்மை பெற்றுவிடக்கூடும்
> நீர் கொண்டு கழுவினால்,
> ஆனால் உள்தூய்மை அடைந்துவிடக் கூடும்
> உண்மை பேசுதல் எனும் ஒன்றால் மட்டும்.   (298)

> அறிவாளிகளுக்கு,
> உலகத்தில் உள்ள எல்லாவிளக்குகளும் விளக்கல்ல,
> உண்மை எனும் விளக்கே
> வழிகாட்டும் விளக்காகும். (299)

உண்மை பேசுவது பற்றிய அதிகாரத்தின் கடைசிக் குறளில் வள்ளுவர் முறை நடுவர்க்குரிய மொத்தச்சுருக்கம் அவரின் முழுவாழ்வு அனுபவத்தின் அடிப்படையில் கீழ்க்கண்ட சொற்களில் கொடுக்கிறார்:-

> எல்லா நற்குணங்களிலும்
> நாம் ஆராய்ந்த,
> எதுவும் நல்ல வெளிப்பாடு உடையதாக இல்லை
> உண்மை பேசுதல் தவிர. (300)

அடுத்து அறிஞர் நம்மைக் கோபத்திலிருந்து விலக்கிக் கொள்ளச் செய்ய விழைகிறார். ஒரு மனிதன் தன் முதலாளி மீது கோபம் கொள்ளாமல் இருக்கலாம், ஏனென்றால் அதற்கான தைரியம் அவனிடம் இருக்காது, ஆனால், அவன் தனது வேலையாளுடன் பணிநிமித்தமாக ஈடுபடும் போது தனது பொறுமையை இழக்கிறான். எனவே வள்ளுவர் எந்த வகையான கட்டுப்பாடு சரியானது என்பதைச் சொல்கிறார்:-

> அவன் உண்மையில் கோபத்தைக் கட்டுப்படுத்துபவன்
> எங்கு அது புண்படுத்த முடியுமோ அங்கே கட்டுக்குள் வைத்திருப்பவன்
> எங்கு அது புண்படுத்த முடியாதோ, அங்கே
> கட்டுப்படுத்தினால் என்ன, கட்டுப்படுத்தாவிட்டால் என்ன.
> (301)

குறள் எண் 304ல், சொல்லப்பட்டிருக்கிறது:-

> கோபத்தைவிட மிக நல்ல எதிரி இருக்கமுடியுமா
> சிரிப்பு மற்றும் மகிழ்ச்சியைக் கொன்று விட்டு?

வள்ளுவர் அடுத்ததாக கோபம் மனித உடலுக்கு அளிக்கும் தீய விளைவுகளைப் பற்றிக் குறிக்கிறார்:-

> நீ உன்னைப் பாதுகாத்துக்கொள்ள விரும்பினால்,
> கோபத்தில் இருந்து உன்னைப் பாதுகாத்துக் கொள்;
> நீ பாதுகாத்துக் கொள்ளவில்லை என்றால்,
> கோபம் உன்னைக் கொன்று விடும். (305)

'தீங்கு செய்யாமை' என்னும் அடுத்த அதிகாரத்தில், தவமிருப்பாரை விளித்துச் சொல்கிறார்:-

தீங்கு செய்யாமல் இருக்க
எந்த வகையிலும்,
எந்த நேரத்திலும், யாருக்கும் -
மனதால் கூட. *(317)*

ஒருமனிதன்தீமை என்னவலியை அவனுக்குக் கொடுக்கிறது என்பதை அறிகிறான். அப்படியிருக்க அவன் ஏன் மற்றவர்களுக்குத் தீங்கு விளைவிக்க வேண்டும்? குறள் எண் *(318)*

நீ முற்பகலில் மற்றவர்களுக்குத் தீங்கு செய்தால்,
தீங்கு தானாகவே வந்து உனக்குப்
பாதிப்பு ஏற்படுத்தும் பிற்பகலில். *(319)*

அடுத்த அதிகாரம் கொலை செய்யாமை திருவள்ளுவரின் மையக்கருத்தைக் கொண்டுள்ளது. மனிதன் எல்லா உயிர்களுக்கும் மரியாதை அளிக்க வேண்டும் மற்றும் அவன் உயிர்க்கு அவமரியாதை ஏதோவகையில் காட்டினால், அவன் கேட்டுக்கு வித்திடுவான் என அவர் நினைக்கிறார். அக்கருத்து குறள் எண்: **323**-ல் சொல்லப்படுகிறது:-

மிக மிக அதிகமான நன்மை பயப்பது,
சந்தேகமில்லாமல், 'கொலை செய்யாமல் இருப்பது',
தகுதியில் அடுத்து வருகிறது
'பொய்யாமையில் இருந்து விடுதலை'.

வள்ளுவரின் ஒளிமயமான உள்பார்வை இவ்வகையில் அவரால் பலமுகங்கொண்ட வழிகளில் வெளியிடப்படுகிறது குறள் எண் **324** இல், வள்ளுவர் சொல்கிறார்:-

நீ என்னைக் கேட்டால் முழுமயான வழி எதுவென்று,
எந்த வழியில் எவ்வகையில் உயிரைக் கொல்லுதல்
தவிர்க்கப்படுகிறதோ அதுவே.

இழிவின் இயற்கையையும் மதிப்பையும் உணர்ந்தவர்களாகிய அவர்களுடைய மதிப்பில், மனிதர்களுள் உயிரை அழிக்கின்றவரே மிகமிக இழியவர். *(329)*

இந்த நற்குணங்களை பின்பற்றி வருமாறு இல்வாழ்வானைக் கேட்டுக்கொண்டதற்குப் பிறகு, வள்ளுவர் அவனுக்குப் பொருள்களின் தற்காலிகத்தன்மை பற்றி நினைவுபடுத்து கிறார். அதன் விளைவாக அவன் காலந் தாழ்த்தாமலும், தள்ளிப்போடாமலும் பரிந்துரைக்கப்பட்டுள்ள நற்குணங்களை நடைமுறைக்கு கொண்டுவருவதற்குக் குறள் எண் **331**ல் அவர் சொல்கிறார்:-

தற்காலிகமானதைத் தவறாக அழிவில்லாததற்கு
எடுத்துக்கொள்வது
மிகவும் கீழ்த்தரமான அறிவின் அறிகுறி மற்றும்
வெறுக்கப்பட வேண்டுவது.

செல்வத்தின் நிலையற்ற தன்மையைக் குறித்து அவர் சொல்கிறார்:-

பெரிய செல்வம் சேர்ப்பது
போல இருக்கிறது
பெரிய கூட்டம் சேர்ப்பது
ஒரு நாடக மேடையில்;
செல்வம் மறைகிறது, எவ்வளவு வேகமாக கூட்டம்
மறைகிறதோ மேடை நாடகம் முடிந்த உடன்,
அவ்வளவு வேகமாக.   (332)

செல்வம் தானாக நிலையற்றதானாலும், அழிவில்லாத தன்மை கொண்டவற்றைச் செல்வத்தின் உதவியால் ஒருவர் செய்யக் கூடும் என வள்ளுவர் நமக்குச் சொல்கிறார்:-

அழியும் தன்மை கொண்டது செல்வம்;
நீ அதைப் பெற்றால்
உடனே செய் அழியாத ஏதோ ஒன்றை.   (333)

மனித வாழ்க்கையின் தற்காலிகத் தன்மையைப் பற்றித் திருவள்ளுவர் சொல்கிறார்:-

அந்த ஒருவன் நேற்று உயிர் வாழ்ந்தவன்
இன்று போய்விட்டான்;
அது தான் பூமியில் வாழ்வின் பெருமை.   (336)

மற்றும் காலத்தின் போக்கு பற்றி என்ன? போகின்ற ஒவ்வொரு நாளும் இறப்பை ஒருநாள் நெருக்கமாக்குகிறது:-

அறிவாளிகளுக்கு,
எது ஒரு நாளாக தோன்றுகிறதோ
இருக்கிறது வேறெதுவும் இன்றி இரம்பமாக
மனித வாழ்வுக் காலத்தை வெட்டிக் குறைத்திட. (334)

ஆகவே சரியான காரியத்தைச் செய்வதற்கு அவசியம், அதுவும் கூட அதி விரைவில்:-

செய்யுங்கள் விரைவாக நற்செயல்களை,
நாக்கு சக்தி இழக்கிறதுக்கும், மற்றும்
விதிமிகுந்த விக்கல் இடையூறாகிறதுக்கும் முன்னே. (335)

யாருக்குத் தெரியாதோ
ஒருகணத்துக்கூட சிறப்பான வாழ்வை வாழ்வதற்கு

திருவள்ளுவர்								★ 107

>அவர்களுடைய மனங்கள் மில்லியன் மில்லியன்
>கனவுகளுடன்,
>இல்லை, அதைவிடக்கூடவுங்கூட.			(337)

வள்ளுவர் உடலுக்கும் உயிருக்கும் இடையுள்ள உறவு பற்றிய சிறிய நாடகக் காட்சியை இங்கே கொடுக்கிறார்:-

>வேடர் போடுகிறார் பறவை மேல் ஒரு கூடையை
>மற்றும் நினைக்கிறார் அதை சிறைபிடித்து விட்டதாக;
>ஆனால் தந்திரமான பறவை பூமிக்குள் கூடைக்கு
>அப்பால் வளை தோண்டிப் பறந்து செல்கிறது.
>அந்த மாதிரியான நட்பு உடலுக்கும் உயிருக்கும்
>இடையில் இருக்கிறது.				(338)

>இறப்பு தூக்கம் போன்று இருக்கிறது
>மற்றும் பிறப்பு தூக்கத்திலிருந்து விழிப்புப்
>போன்று இருக்கிறது.				(339)

உயிர்களுடைய வாடகைக் குடியிருப்பு ஒரு உடலில் இருந்து மற்றொரு உடலுக்கு ஒரு பிறப்பை அடுத்து வரும் பிறப்புக்களுடைய கற்பனை வளத்தைப் பார்த்து வள்ளுவர் வருத்தத்துடன் சொல்கிறார்:-

>உயிருக்கு நிலையான புகலிடம் இல்லை போலும்,
>உடலில் தற்காலிகப் புகலிடம் எடுத்துக் கொள்வதற்கு!
>						(340)

வள்ளுவர் வரையறை செய்துள்ள எல்லா அறங்களையும் நடைமுறையில் கைக்கொள்ளுவதன் மூலம் செல்வத்தின் நிலையாமையையும் மற்றும் மனிதனின் அழியும் தன்மையையும் சுட்டிக்காட்டி, உடல் எனப்படும் சூரியன் ஒளிவிடும் பொழுதே ஆன்மீகப் புல்லை உலர்த்திக் கொள்ளுமாறு வள்ளுவர் துறவியைக் கேட்டுக்கொள்கிறார். துறவு என்னும் அதிகாரத்தில் திருவள்ளுவர் சொல்கிறார்:-

>கைவிட்டது நீங்கள் எதுவாக இருந்தாலும்
>நீங்கள் உறுதியாக விடுவிக்கப்படுகிறீர்கள் அது
>தரக்கூடிய வலியிலிருந்து.			(341)

இது நேர்முகமாக வெளியிடப்பட்டுள்ள உயர்ந்த கருத்து. ஒரு மனிதர் தனது மோட்டார்காரை கைவிட்டுவிட விரும்புகிறவர், அதை நிலைநிறுத்துவதில் உள்ள இடர்ப்பாடு மற்றும் செலவு

ஆகியவற்றிலிருந்து விடுதலை பெறுகிறார். தனது சமையல்காரரைக் கைவிட்டுவிடுகிற ஒருமனிதர் அந்தச் சமையல்காரர் அவருக்குக் கொடுக்கும் தொல்லைகளில் இருந்து விடுதலை அடைகிறார். எதையாவது கைவிடுவது, எதுவாக இருந்தாலும் சரி, அது கொடுக்கக் கூடிய வலி மற்றும் சிறு குறும்பு ஆகியவற்றிலிருந்து விடுவிப்பைக் கொண்டுவருகிறது. இந்தக் குறள், ஒரே ஒரு தளர்வான உடையை ஆண்டு முழுவதும் உடுத்துவதையும், மேலும் காலணி அல்லது ஷூவை விட வெற்றுக்கால்களையும் விரும்பிய சாக்ரடீஸின் எளிமையையும் நமக்கு நினைவூட்டு கின்றன. அவர் தன்னைப் பெரும்பாலான மனிதகுலத்தின் அமைதி குலைக்கும் தமதுடைமையாகிய காய்ச்சலிலிருந்து விடுதலை பெற்றிருந்தார். சந்தையில் விற்பனைக்கு அடுக்கி வைக்கப்பட்டிருக்கும் பொருள்களைப் பார்த்துவிட்டு, எனக்குத் தேவைப்படாத பொருள்கள் எத்தனை எத்தனை இவ்வுலகில் இருக்கின்றன என அவர் சொல்வார். உண்மையில், அவர் தானே விதித்துக்கொண்டுள்ள ஏழ்மையில் தன்னை மிகவும் பெரிய செல்வந்தராகக் கருதிக்கொள்வார்.

> நான் மற்றும் எனது என்கிற அகந்தையை
> ஒழிக்கிற ஒரு மனிதன்
> போவான் ஒரு உலகுக்கு-
> சொர்க்கத்தை விட உயர்ந்ததற்கு. (346)

> துயரம் தன் பிடியை விடாது,
> பற்றுதலை விட முடியாதவர்களுக்கு. (347)

குறள் எண் 350ல் அருள் புனிதர் வள்ளுவர் கூறுகிறார்:-

> இணைத்துக் கொள்ளுங்கள் உங்களை ஒருவருடன்,
> எந்தவித இணைப்பும் இல்லாதவரிடம்; பிடித்துக்
> கொள்ளுங்கள் அந்த முதன்மையான இணைப்பை,
> எல்லா இணைப்புகளிலிருந்தும் விடுதலை பெறுவதற்கு.

அந்தக் கைவிட்டுவிடுபவர் இறுதியான உண்மையை அறிந்து கொள்வதற்கு அழைக்கப்படுகிறார்:-

> இருள் மறைந்துவிடுகிறது,
> மற்றும் பேரின்பம் இறங்குகிறது,
> யார் மயக்கத்தைத் தங்களிடம் இருந்து
> அகற்றிக்கொண்டு மற்றும்
> மங்காத பார்வையை வளர்த்துக்கொள்கிறாரோ
> அவரிடம். (352)

சந்தேகத்தை அழித்து மற்றும் தெளிவை
நிறுவி உள்ளவர்க்கு
சொர்க்கம் பூமியை விட அருகில் உள்ளது. (353)

வள்ளுவர் கருத்துப்படி இறுதி உண்மையை அறிந்தவர்களைத் தவிர மற்றையோர்க்கு ஐம்புலங்களின் வழிப் பெறும் அறிவுகூட பயனற்றது.

உண்மையை அறிந்துகொள்கிற தருணம்
மனிதனின் மனத்தில்,
இது மட்டும் உறுதியுடன் சொல்லப்படலாம், அவனுக்கு
அடுத்த பிறவி என்று ஒன்றும் கிடையாது என்று (357)

காமம், கோபம், மயக்கம் இந்தப் பெயர்கள் அழிந்து
விட்டால்;
அந்தக் கணமே அனைத்து வலியும் அழிந்து விடும். (360)

அடுத்த அதிகாரத்தில், நமது புனித அருளாளர் வள்ளுவர் ஆசையை அடியோடு விட்டுவிடும்படி கைவிடுபவரைக் கேட்டுக் கொள்கிறார்:-

ஆசை, துயரங்களுக்குள் உள்ள பெரிய துயரம்,
அழிக்கப்படுகிறது என்றால்,
முடிவில்லா இன்பம் கூடும் இவ்வுலகில் கூட. (369)

பெரும்பாலான மனிதர்கள் அவர்கள் சுதந்திரமாக இருப்பதற்குக் காரணம் அரசியல் வகையிலும், பொருளாதார அல்லது சமுதாய வகையிலும் சுதந்திரமாக உள்ளதால் தான் என்று நினைக்கிறார்கள். உண்மை என்னவென்றால், இந்தச் சுதந்திரங்கள் இருந்தாலும், அவர்கள் தொடர்ந்து தூண்டுகைக்கு இரையாகிறார்கள், அவர்களுக்கு இருக்கிற சுதந்திரம் தூக்கத்தில் நடப்பவருக்கு உள்ள சுதந்திரத்தை விட அதிகமானதல்ல.

அவர்கள் மட்டும் சுதந்திரம் உள்ளவர்கள்,
ஆசையை விட்டுவிட்டு இருப்பவர்கள் ;
மற்றவர் உண்மையில் சுதந்திரம் பெற்றவர்கள் அல்லர்.
(365)

தனிமனிதன் உண்மையான, ஆன்மீக சுதந்திரத்தையும் உண்மையைப் பற்றிய விழிப்புணர்வையும் பெற்ற பின்னரே இலட்சியத்துறவி ஆகிறார். அவர் சமுதாயத்தின் உறுப்பினராகவும் மேலும் நாட்டின் குடிமகனாகவும் பங்காற்றுவதை வள்ளுவர் எதிர்பார்க்கிறார்.

பொருட்பால் அல்லது செல்வம் பற்றிய படலத்தின் முடிவுப்பகுதியில், நற்குணப் படலத்துக்கு அடுத்து வள்ளுவர் விவரிக்கிறார். அறிவரின் அல்லது மாமனிதனின் சிறப்புக் கூறுகளைக்கூறி அவரே கருத்தியல் கைவிடுபவர் என்றும் கூறுகிறார். மற்ற சொற்களைப் பயன்படுத்துவோமானால், ஆசையைக் கைவிடுதல், சுய தியாகம், தவமிருத்தல், உண்மையை உணர்தல், முதலானவை, எல்லாம் குணங்கள், வள்ளுவர் கருத்துப்படி, அவைகளே முடிவுகளல்ல ஆனால் குணங்கள் தனிமனிதனைச் சான்றோனாக்கத் தேவைப்படும் தகுதியை அளித்துச் சமுதாயத்துக்கு மிக நல்ல பணியாற்றச் செய்பவை. இது தெளிவாகப் புரிந்து கொள்ளப்படவேண்டும்; சான்றோர் என்பவர் வாழ்க்கையைத் தவிர்த்து ஓடுபவரல்லர் அல்லது உலகக் கடமைகளைக் கைவிட்டுவிடுபவரல்லர், ஆனால் தான் ஒரு மனிதர் என்கிற முனைப்பை அழித்துக்கொண்டவர், தனது ஆன்மாவைக் கண்டுகொண்டவர், உள் அமைதியை நிறுவியவர் மற்றும் ஆகையால் ஆன்மீகம், மனப்பாங்கு, இயல்புணர்ச்சி ஆகியவற்றைப் பயன்படுத்தி துயரத்தில் உள்ள மக்களுக்கு உதவக்கூடியவர் மற்றும் அமைதியையும் இன்பத்தையும் மனிதர்கள் இடையில் பரவவிடுபவர், மற்றும் உலக உண்மை மற்றும் வாழ்வு உறுதிப்பாடு அடிப்படையிலும், முழு வாழ்வையும் கொண்டாடுவதற்காக. இல்வாழ்வான் என்ற நிலையைக் கைவிட்டு விடுபவர், கைவிட்டுவிடுபவர் என்ற நிலையிலிருந்து சான்றோன் அல்லது மாமனிதன் - இந்தத் திசை அல்லது வரிசையில், வள்ளுவர் கருத்துப்படி, மனிதன் கட்டப்பட்டுள்ளான் அல்லது பரிணாம வளர்ச்சியில் உருவாக விதிக்கப்பட்டுள்ளான். அவன் எல்லா உயிருடனும் ஒன்றாக உள்ளதை உணர்ந்து கொண்டால், சான்றோனுடைய அல்லது மாமனிதனுடைய கடமைகளும் பொறுப்புகளும் அதிகமாகின்றன. பொருட்பாலில் உள்ள கடைசி அதிகாரத்தில் திருவள்ளுவர் சான்றாண்மையை அல்லது அறிவரின் குணஇயல்பு பற்றிப் பேசுகிறார்; அவர் சொல்லுகிறார்:-

எல்லாச் சான்றோர்களின் கடமை
எல்லா நன்மையையும் நடைமுறைப்படுத்துவது;
மற்றும் எல்லா மனிதர்களும் உணர்ந்து கொள்ள
வேண்டிய கடமை
அவர்கள் சான்றோன் ஆக வேண்டும் என்பது. *(981)*

மீ மனிதன் தனது தன்னுணர்வு நிலையை அடைந்த பிறகு, தீங்கு செய்தவருக்கு நல்லது செய்வது அவனுக்கு மூச்சு விடுதலைப் போல் இயல்பாய்விடுகிறது. அதனால் தான் வள்ளுவர் கேட்கிறார்:-

அறிவரின் ஒழுங்கினால் என்ன பயன்
அவர் அருளை அளிக்க முடியவில்லை என்றால்
அவருக்குத் தீங்கு விளைவித்த மனிதர்களுக்குக் கூட.
(987)

இந்த விதமாக அவருடைய சான்றோரை அவர் அறிவராக உருவாக்குகிறார். அவரின் அறிவர் 'நான்', 'எனது' என்ற சுயநலத்தை அழித்துக்கொண்டவராக, இறுதி உண்மையை மங்காத ஒளியில் பார்ப்பவராக, எப்போதுமே மகிழ்ச்சியில் இருப்பவராக, தன்னுடன் உள்ள சக மனிதர்களுக்கு இரக்கக்குணம் மிக்கவராக, பூமியில் துயரத்தில் இருக்கும் எல்லா உயிர்கள் பற்றி ஆழ்ந்த கவலை உடையவராக, மற்றும் சாதி, சமயம், சமுதாயம் அல்லது நாடு ஆகிய பிரிவுக் குறைபாடுகள் இல்லாமல், துயரத்தில் உள்ள எவருக்கும் ஓடிச்சென்று உதவும் இயல்பினராக மற்றும் பிரபஞ்ச அன்பை நடைமுறைப்படுத்துபவராக உள்ளார். இந்தக் கருத்து திருவள்ளுவரால் 2000 ஆண்டுகளுக்கு முன்னே வளர்க்கப் பட்டது, தனிப்பெரும் புத்துணர்வு மற்றும்விந்தையளிக்கக்கூடிய நவீனத்துவம் கொண்டது.

திருக்குறளின் பருந்துப் பார்வை, வள்ளுவர், பகுதியைத் தனியாக அல்லாமல் முழுமையான வெளிச்சத்திலும் அதன் மூலம் தனிமனிதனின் பரிணாம வளர்ச்சியின் இயக்க விரைவை அதிகரிக்கச் செய்யும் முறைகளையும், குறிப்பாகக் கூறுகிற ஞானம் கொண்டவர் என்பதைக் காட்டுகிறது. அந்த முதனிலைத் திட்ட வரைவு பின்னோர் நலனுக்காக அவரால் கையளிக்கப்பட்ட அந்தத் திட்ட வரைவு இருவகையில், கருத்து வடிவம் கொள்வதில் துணிவானதாகவும் விளக்கமானதாகவும் இருக்கிறது.

12 பிரபஞ்ச மனிதனுடைய கவிஞர்

மைலாப்பூரைச் சேர்ந்த நெசவாளர், முழுமையான உலகப் பார்வையைப் பெற்றிருந்தார் என்பது அவரது கம்பளத்தில் உள்ள வடிவமைப்பைப் பார்க்கிறபோதும் நாம் அவருடைய எண்ணிக்கை மிகுந்த குறள்களை முழுவெளிச்சத்தில் பார்க்கிறபோதும் தெரிகிறது.

வள்ளுவர் இன்றியமையாத நன்னம்பிக்கைக் கோட்பாட் டாளர். அந்த நேரத்தில் அவரைச் சுற்றி இருந்த மதங்கள் உலகத் தினுடைய உண்மையைப் பற்றி ஆழமான நம்பிக்கையின்மையை வளர்த்துக் கொண்டிருந்தன. மற்றும் தொடங்கினார்கள் கவலையை உலகத்தில் இருந்து மனிதனை மீட்பது எப்படி என்பது பற்றி, அவை கவலை கொள்ளத் தொடங்கின. வள்ளுவர் கவலையெல்லாம் மனிதச் சூழலில் உள்ள இடர்ப்பாடுகளை நீக்கி மனித முன்னேற்றத்துக்கு அன்பு மற்றும் இரக்கத்தின் மூலம் வழிவகுப்பதாகும். மாயைக் கொள்கையின் முதல் ஆதரவாளர்கள் மற்றவர்களுக்கு வாழ்வு 'இல்லை' என்று சொல்லக் கற்பித்தபோது, வள்ளுவர் மிகுந்த வலிமையுடன் வாழ்வு உண்டு என்று சொன்னார். அவர் செயலற்றநிலையையும் மற்றும் ஆர்வமற்றதன்மையும் எதிர்த்தார். தீய செயல் செயலற்ற நிலையை விடச் சிறந்தது என உலகத்துக்கு அறிவித்தார். அவர் அப்படிச் சொன்னதற்குக் காரணம் தீய செயல்களைச் செய்கிற ஒரு மனிதன் உண்மையுடன் மிகக்குறைந்த அளவிலாவது தொடர்பில் இருக்கிறான்; ஆகையால் தன்னைத் திருத்திக்கொள்கிற வாய்ப்பைப் பெற்றிருக்கிறான்; ஆனால் அத்தகைய வாய்ப்புக் கூட செயலற்றநிலையில் நம்பிக்கை உள்ளவருக்கு இல்லாமல் போய்விடுகிறது.

அவர் மனிதனின் உள் நிறைவாகிய, குறைபாடில்லாத நிலையை, மட்டுமன்று மற்றவர்களுக்குத் தன்னலமற்ற உதவியைப் புறச்செயல் வடிவில் அவனிடமிருந்து கோரினார்.

உலகத்தின் மீதும் நம்பிக்கை உள்ள மக்கள் வாழ்வைப் பற்றிய உறுதிப்பாடு மீதும் வழக்கமாக உலகச் செயல்களில் தங் களை ஈடுபடுத்திக் கொள்பவர்கள் மற்றும் அவர்கள் ஆன்மீக நலனில் அதிக கவனம் செலுத்துவதில்லை. இதற்கு மாறாக

உலகத்தின் மீதுநம்பிக்கையுள்ளவர்கள் வாழ்வு மறுத்தல் மீதும் ஆன்மீக நலத்தை முதல் நிலையில் போற்றுவார்கள் மற்றும் உலகச் செயல்பாடுகளைப் புறக்கணிக்கவும் செய்வார்கள். உண்மையில், பகவத்கீதை சொன்னது, 'செயலில் கவலையின்றி இருங்கள்', வாழ்வை மறுத்துப் பழகியவர்கள் செயலில் கவலையின்றி இருந்தனர்.

மறுபுறம், குறள், இந்த இரண்டு எண்ணக் குழுக்களுக்கும் இடையே பொன்போலும் நடுநிலை வழியைப் பதிவுசெய்கிறது. புறச் செயலுக்கும் அதே அளவு உள் உரிமைப் பேறுக்கும் உரிமை கோருகிறது.

டாக்டர் ஆல்பர்ட் சுவைட்சர் 'இந்திய எண்ணம் மற்றும் அதன் வளர்ச்சி' என்ற நூலில் பக்கம் **16**ல் சொல்லுகிறார்: "உலகம் மற்றும் வாழ்வு மறுத்தல் ஆகிய இரண்டும் கிறித்துவின் எண்ணத்தில் காணப்படுகின்றன; கடவுளின் அரசாங்கம் இந்த இயற்கையான உலகில் உணரப்படும் என்று அவர் துணிபு கொள்ளவில்லை என்பதில் இருந்து தெரிகிறது. இந்த இயற்கையான உலகம் வெகு விரைவில் முடிவுக்கு வரும் மற்றும் இந்த இயற்கை கடந்தஉலகம் அதன் இடத்தைப் பெறும் என்றும். அந்த இயற்கை கடந்த உலகத்தில் உள்ள ஒழுங்கற்றவை தீமை ஆகியவை கடவுளின் திறனால் மாற்றியமைக்கப்படும் என்றும் எதிர்பார்த்தார். இதற்கு மாறாக இந்த இயற்கையான உலகத்தில், விடுவிக்கப்பட்ட மனிதன் அவனுடைய சொர்க்கத்தைக் காண முடியும் என வள்ளுவர் நம்பினார். மற்றும் முழு பேரின்பம் ஒரு தனிமனிதனால் இங்கேயே இந்த இயற்கையான உலகத்திலேயே அடைய முடியும் என்றும் சொன்னார். மற்றும் ஒருவர் தன்னை மாற்றிக் கொள்வதற்கு உலகம் தன்னை மாற்றிக் கொள்கிற வரை காலவரையரையின்றி காத்திருக்கத் தேவை இல்லை. இந்தவகையில் அவர் வாழ்வு மற்றும் உலக உறுதிப்பாட்டை உயர்ந்த தளத்திற்கு ஏசு கிறித்துவை விட எடுத்துச்சென்றார்.

சமணம் மற்றும் புத்த சமய எண்ணத்தில், கொல்லாமை தொடக்கத்திலிருந்து ஒருவர் தான் உலகத்தினால் பாழாக்கப் படாமல் இருக்க வேண்டும் என்னும் ஆவலிலினால் ஆதரிக்கப் பட்டது; கொல்லாமை எனும் கருத்து செயலற்ற நிலை, எதுவும் செய்யாமல் இருக்கும் எதிர்மறைநிலை என்ற நெறியிலிருந்து அந்த மதங்களில் தோற்றம் பெற்றது. ஆனால் திருவள்ளுவரில்,

நேர்மறை அன்பு மற்றும் இரக்கம் ஆகிய அடிப்படையில் கொல்லாமை ஏற்புடையதாகக் காட்டப்படுகிறது. முன்னதிலும் பின்னதிலும் முடிவு ஒன்றேயாயினும், இயக்கும் கருத்து பின்னதில் (திருவள்ளுவரில்)நேர்மறையாய் இருப்பதால் போற்றப்படுகிறது.

உலக எண்ணத்துக்குத் திருவள்ளுவர் அளித்த மற்றொரு பங்களிப்பு, சம அளவுக்கு மூலமானதாகும். அவர் சொன்னார்: எதுவாயிருந்தாலும் நல்லது என்றால் அது மகிழ்ச்சிக்கு வழி வகுப்பது மற்றும் எதுவாயிருந்தாலும் நல்லதின் விளைவாக இருக்குமானால் அது உண்மை. உண்மையைப் பற்றிய இந்தக் கொள்கை தத்துவத்தின் வரலாற்றில் ஒரு முக்கிய நிகழ்வு ஆகும்.

வள்ளுவரின் மேலும் ஒரு பங்களிப்பு கடவுள் என்ற கோட்பாட்டை சமயப்பிரிவுகளின் கொண்டிக்கட்டைத் தடைக் கற்களில் இருந்து விடுவித்ததாகும். டைடெராட் என்ற 18-ம் நூற்றாண்டுப் பிரெஞ்சு நாட்டுத் தத்துவ அறிஞர், பைபிளில் வெளிப்படுத்தப் பட்டுள்ள கடவுள் கொள்கையை வெறுப்புடன் மறுத்து ஒதுக்கினார். மற்றும் கடவுள் கொள்கையை உயர்த்தி அது அறிவியலால் வெளிபடுத்தப்பட்டுள்ள பிரபஞ்சத்தின் கடவுள் கொள்கையாக உண்மையிலே இருப்பதற்கு ஏற்றவாறு: ‘விரிவுபடுத்து விடுதலையாக்கு கடவுளை’ என்று தன் நாட்டு மக்களுக்கு வேண்டுகோள் விடுத்தார். கிட்டத்தட்ட டைடெராட் டுக்கு இரண்டு ஆயிரம் ஆண்டுகளுக்கு முன்னே வள்ளுவர் கடவுளை விரிவு படுத்தியும் விடுதலையாக்கியும் தூய்மை மற்றும் முழுமையான அன்புடன் சமன்படுத்தியும் செய்துள்ளார். உண்மையில் திருமூலர், திருவள்ளுவரின் ஆன்மீக வழிகாட்டலின் கீழ் வந்தவர்-இந்த அன்புக் கோட்பாட்டைத் திருமந்திரத்தில், 3000 அழிவில்லாத் தமிழ்ப் பாடல்களில் தெளிவாக்குகிறார். அவரின் பாடல்களில் ஒன்றில், அவர் சொல்கிறார்:-

அவர்கள் முட்டாள்கள், இப்படிச் சொல்கிறவர்கள்
அன்பும் கடவுளும் இரண்டென்று
அவர்கள் அறியார் அன்பும் கடவுளும் ஒன்று என்று,
அன்பும் கடவுளும் ஒன்றென அறிந்த பிறகு
அவர்கள் அன்பே கடவுள் என்பதில்
உறுதியாக ஊன்றி நிற்கின்றனர்.

மேற்கத்திய கருத்து மனிதன் மற்றும் சமூதாயம் பற்றிக் கவலைப்பட்ட அளவுக்கு மனிதனுக்கும் அவனைப் படைத்த கடவுளுக்கும் உள்ள உறவைப் பற்றிக் கவலைப்படவில்லை.

இதற்கு முற்றிலும் மாறாக கிழக்கத்தியக் கருத்து நாடுகள் மனித - கடவுள் உறவைப் பற்றி மிகவும் கவலைப்பட்டது. திருவள்ளுவர் இந்த இரு குழுக்களிடம் உள்ள சிறப்பான கருத்துக்களை எடுத்துக் கொண்டார். அவருடைய முக்கியமான பெருமை என்னவென்றால் மனிதச் சிந்தனை வரலாற்றில் முதன் முறையாக இரண்டிலும் உள்ள கருத்துக்களை ஒன்றிணைத்த தாகும். டாக்டர் ஆல்பர்ட் சுவைட்சர், 20ஆம் நூற்றாண்டின் தத்துவ அறிஞர் மற்றும் மனித நலம் காக்கும் அறிஞர் இந்திய 'சிந்தனை மற்றும் அதன் வளர்ச்சி' என்ற நூலில் கீழ்க்கண்டவாறு குறிப்பிடுகின்றார்:-

முனைப்பான அன்பு என்ற எண்ணம் இந்தியாவின் புகழ் பெற்ற நீதி நூலில் எழுந்தது. இந்தியாவில் பொதுமக்களிடையே மிகவும் பாராட்டுப் பெற்றுள்ள கதைகளாக மிகவும் பழமையான காலங்களில் உலா வந்தன அந்தக் கதைகள் நாம் சந்திக்கிற இந்திய இலக்கியங்களிலிருந்து மற்றும் சிறப்பாகத் திருக்குறளில் நீதி நூல் முதுமொழிகள் கி.பி. இரண்டாம் நூற்றாண்டைச் சேர்ந்தவை.

***

"குறளுக்கும் அதற்கு நான்கு நூற்றாண்டுகளுக்கு முன் தோன்றிய மனு நீதிக்கும் இடையே எவ்வளவு வேறுபாடு பின்னதில் பிராமணிய உணர்ச்சி மேலோங்கியதன் கீழ், உலகம் மாற்றும் வாழ்க்கை, மறுத்தலுடன் கூடவே, உலகம் மற்றும் வாழ்க்கை உறுதிப்பாடு ஆனால், குறளில் இன்னமும் அப்படியே பொறுத்துக் கொள்ளப்படுகிறது. வாழ்க்கையும் மறுத்தலும் வானத்தில் தொலைவிலுள்ள ஒரு மேகம் போல் உள்ளன".

குறளில் உள்ள அறநெறிகள், மனு நீதியில் உள்ளதைப் போலவே, கைமாறு பற்றிய கருத்துக்கு இடம் அளிக்கிறது. நற்குண வழி பரிந்துரைக்கப்படுகிறது ஏனென்றால் அது மறுபிறவியிலிருந்து ஒரு புதிய மீள்உருவாக்கத்துக்கு அல்லது விடுதலைக்கு வழி நடத்துகிறது. இதன் பக்கத்திலேயே உள்ள ஒரு எளிமையான கருத்து, அது சீன அறநூல்களில் உள்ளது, ஒழுங்கான நடத்தை பூமியில் நலம் கூட்டும் மற்றும் ஒழுங்கற்றதன்மை வாய்ப்புக் கேட்டை விளைக்கும். இருந்தபோதிலும் குறள் நீதிகளில் கைம்மாறு என்னும் கருத்து பிராமணியம், பௌத்தம் மற்றும் பகவத் கீதை ஆகியவற்றில் உள்ளதைப் போல. நாம் முன்னதாகவே காண்கிறோம் இந்த நல்லது செய்யப்பட வேண்டும் என்ற

கருத்தை அதற்காகவே. இக்கருத்து பல்வேறு அறஉரைகளில் குறட்பாக்களில் ஒளிர்கிறது.

***

இதைவிட மேலும் உயர்ந்த உலகம் கிடையாது என்று ஒருவர் சொன்னாலும் கூட, கொடுப்பது இன்னமும் நல்லது (222)-- உண்மையான தாராளமனப்பான்மை எதையும் பதிலுக்குக் கேட்பதில்லை. மழையை கொடுக்கும் மேகத்துக்கு பரிசாக உலகம் எதைக் கொடுக்கிறது? (211)

***

பகவத் கீதை வலிய மற்றும் நட்பாதரவு அற்ற முறையில் மனிதன் செயற்பாடு மிக்க வாழ்வில் இருப்பதற்குக் காரணமாகப் பிரபஞ்சத்தின் ஒழுங்கு படி மனிதன் அவ்வாறு இருக்கிறான் என்று சொல்கிறபொழுது, வள்ளுவர் தகுந்த ஏற்பதற்குரிய காரணத்தைக் கொடுக்கிறார் ---இது எத்தகைய முன்னேற்றம்!--- நன்னெறிச் செயற்பாட்டால். வேலை மற்றும் அதிலிருந்து வரும் ஊதியம் நல்லது செய்வதற்கு ஒரு மனிதனுக்கு உதவுகிறது.

***

குறளின் கருத்துப்படி வேலை பகவத்கீதையில் உள்ளது போல் சாதிப்பிரிவுகளைப் பொறுத்ததன்று, ஆனால் ,பொதுவாக, நல்லது எல்லாவற்றுக்குள்ளும் அடங்குகிறது.

***

செயலாற்றலில் உள்ள இன்பம் பற்றிய முதுமொழிகள், ஒருவர் எதிர்பார்க்கக் கூடாததைப்போல, உலகத்தின் வலிமைக்கும் குறளில் வரும் வாழ்வை உறுதிப்படுத்தும் தன்மைக்கும் சான்று பகர்கின்றன.

***

பௌத்தம், பகவத் கீதை ஆகியவற்றில் உள்ளது போல, உலகத்தில் இருந்து உள் சுதந்திரம் பெறுவதையும் மற்றும் மனம் வெறுப்பிலிருந்து விடுதலை அடைவதையும் குறள் விரும்புகிறது. அவற்றைப் போலவே நிலைநிறுத்தக் கட்டளை களான கொல்லாதே மற்றும் அழிக்காதே என்பனவற்றுக்கு ஆதரவு அளித்து அது நிற்கிறது. அது தனதாக்கிக்கொண்டது எல்லா

மதிப்புமிக்க அறநெறி முடிவுகள் உலக சிந்தனை மற்றும் வாழ்வு மறுத்தல் ஆகியவற்றை எல்லாம். ஆனால் இந்த உட்புறமான அறநெறிகளுடன் கூட, அங்கே குறளில் வாழும் அறநெறியான அன்பு தோன்றுகிறது.

உறுதியானவீச்சுடன்கருத்தியல்அறநெறி மனிதப்பண்பைக் குறள் வரைகிறது. மிகப் பெரும்பாலான வேறுபட்ட கேள்விகள் மனிதனின் நடத்தையை பற்றிய அவனுக்கு மட்டுமல்ல உலகத் துக்கும் உரியவை அதனுடைய வாய்மொழி வெளிப்பாடுகள் தனிச் சிறப்புடன் உயர்ந்த மனப்பாங்கு மற்றும் நல்லுணர்வாலும் உறுதிசெய்யப்படுகின்றன. உலக இலக்கியத்தில் இதைப் போன்ற உயர்ந்த ஞானம் மிகுந்த முதுமொழிகளின் தொகுப்பு பெரும்பாலும் இல்லை போல் தோன்றுகிறது.

***

ஆகையால் ஒரு இயற்கையான மற்றும் அறநெறி சார்ந்த உலகம் மற்றும் இவ்வகையான வாழ்வை உறுதிப்படுத்தும் தன்மை நம்முடைய வரலாற்றுப் பிரிவுத் தொடக்கத்தில் இந்திய நாட்டு மக்கள் இடையே இருந்தது. இதைப்போன்ற எதுவும் பிராமணியத்திலும், பௌத்தத்திலும், பகவத்கீதை இந்துத் துவத்திலும் இல்லாமல் இருந்தபோதிலும். இது திடீரெனத்தோன்றிய கீழ்ச் சாதியைச் சேர்ந்த பெரிய சமய ஆசிரியர்கள் மக்களோடு மக்களாய் உணர்ந்து வாழ்ந்தவர்கள் மூலம் படிப்படியாக இந்து எண்ணத்துக்குள் ஊடுருவுகிறது.

இவ்வாறாக டாக்டர் ஆல்பர்ட் சுவைட்சர் திருவள்ளுவரை இந்திய சிந்தனையின் உச்சத்தில் வைக்கிறார். ஸ்ரீஅரவிந்தர் அவருடைய நூலில் இந்தியப் பண்பாட்டின் அடித்தளம் -(பக்கம் 358) திருக்குறளைப் பற்றி இவ்வாறு குறிப்பிடுகிறார்: செறிந்த மணிச்சுருக்கமான கவிதை, தலைசிறந்த திட்டமிடலை உடையது, உருவாக்கம் மற்றும் செயற்பாட்டிலும் தலை சிறந்ததே, இவ்வகையில் எப்பொழுது எழுதப்பட்டிருந்தாலும், தமிழ் அருளாளர் திருவள்ளுவரைப்பற்றி அது ஒப்பற்றதே.

இத்தகைய புகழுரைகளைப் பெற்ற திருவள்ளுவர், அவர் வாழ்வின் பெரும்பகுதியை, மனிதனைப் பற்றி, மனிதச் சூழல்கள் மற்றும் கோளில் வாழ்வதற்குரிய மிகச் சிறந்த வழி வாழ்க்கையைப் பற்றி எல்லாம் சிந்தித்திருக்க வேண்டும். அவர்

கொள்கைகளை வரையறை செய்து பொது வாழ்வுக்குரிய வகையில் அதன் விவரங்களை அன்றாட வாழ்வுக்கு ஏற்றபடி பயன்படுத்திக் கொள்வதற்கு ஏதுவாக வரைந்துள்ளார்.

வரலாற்றின் உயர்ந்த இதயச்சுருக்கம் (Systole) மற்றும் நெஞ்சுச் சுருக்கத்தில் (Diastole), கட்டுப்பாடு இல்லாத காலத்தை, கடுங் கட்டுப்பாடான காலம் பின் தொடர்கிறது. வள்ளுவர் மனிதனின் தீய குணங்களை கண்டிக்கும் வழியிலிருந்து, அவர் வாழ்ந்த சமுதாயம் வன்முறை, வீறாப்பான பேச்சு அற்பத் தன்மை கொண்டு சீர்கெட்டிருந்தது எனத் துணிபு கொள்வது இருந்தது என்றெண்ணுவது பெரிய தவறாகாது. அதே நேரத்தில், வள்ளுவர் பன்முகச் சமுதாயத்தின் படத்தை நமக்கு அளிக்கிறார் என்பதும் கவனத்தில் கொள்ளப்படலாம். அச்சமுதாயம் ஒரு உயர்ந்த பண்பாடு கொண்டிருந்தது; உலகியல் அறிவு பெற்ற தாகவும், நல்ல ஒழுக்கமும் கொண்டதாகவும், செழுமையான சமயம், அறிவியல், பொருளியல், அரசியல் செயற்பாடுகள் உள்ளதாகவும், பெருமளவில் உயிர்த்துடிப்புடைய வாழ்க்கை இயக்கத்தைக் கொண்டதாகவும் விளங்கியது.

இவ்வகையான சமுதாயத்தைக் கருத்தில் கொண்டு மதிப்பீடு செய்யும் போது, அவர் தமது வருவதுரைக்கும் நுண்ணறிவையும் அவருடைய உயர்ந்த அறிவு கற்றல், கருத்தியல் கொள்கை, சிக்கல் தீர் திறம், ஈர்ப்பாற்றல் நகைச்சுவை, எளிமை கற்பனைக் கதை ஆகியவற்றின் திறமை மிக்க கலவையாகவும் இருக்கிறார் என்ற உண்மையையும் வெளிப்படுத்துகிறார். அவருடைய ஆழ்ந்த பார்வைகளுக்கு, அன்பான நகைச்சுவையுடனும், சில சமயங்களில் கசப்பான ஏளனத்துடனும் சுவை கூட்டினார்.

திருவள்ளுவர் வாழ்வின் பெரும் சிக்கல்கள் பற்றிச் சொல்லப்பட வேண்டிய எதையும் விடவில்லை. ஒருவர் பெறு கிற ஒன்றுதிரட்டப்பட்ட பார்வை - அவர் சொல்லியதிலிருந்து அறிவில் சிறந்தவரே போர்வீரரைவிட வள்ளுவரின் கருத்தியலர் என்பதாம் மற்றும் அவருடைய கருத்தியல் மனிதர் சான்றோன், தத்துவம் மட்டும் பேசியவர் அல்லர், தத்துவத்தோடு வாழ்ந்து காட்டியவர். அவருடைய எழுத்துக்கள் நமக்குக் கொடுக்கிற பார்வை அவர் பிரபஞ்சத்தின் பல பகுதிகளையும் ஒன்றாக வைத்திருப்பதற்கு வேண்டிய சக்தியைக்கொடுப்பது இரக்கம் மட்டுமே என்பதாகும் மற்றும் எல்லையற்ற மகிழ்ச்சி தரும்

தலைசிறந்த ஒழுக்கம் இதில் அடங்கி இருக்கிறது, உணர்வு சார்ந்த உண்மையுடன் இருத்தல் இந்த முழுமைக்கு உயிர் கொடுக்கவே என்பதை நாம் மறக்க முடியாது.

வள்ளுவரின் மாயக்கவர்ச்சி அவர் தம்மை அறிவார்ந்த முறையில் இரண்டுக்கும் உண்மையைத் தேடிப் பின்பற்றுதல் அழகை உருவாக்குதல் ஆகிய இரண்டுக்கும் அர்ப்பணிப்பதாகும். அவர் ஒரு புதுத் தத்துவத்தை கண்டுள்ளார் என்பது மட்டுமன்று, அதை அவரது கவிதைகள் அதைச் செதுக்கும் ஒப்பற்ற சக்திகொண்டவை, வேறெந்த மனிதனாலும் சமன் செய்யப்படாதவைகளாக உருவாக்கப்பட்டுள்ளன.

குறட்பாக்கள் அனைத்தும் போதியன அளவு எடையின்மை உள்ளனவாய் வள்ளுவரின் எண்ணச் சுமைகளை மிதக்கவிடுவதற்கு ஏற்றனவாய் உள்ளன.

திருவள்ளுவர் சொற்றொடர்களைப் புதிதாகப் புனைந்துள்ளார் மற்றும் சொல்லமைப்புகளையும் உருவாக்கியுள்ளார்; அவை மொழி, தத்துவம் ஆகிய இரண்டையும் அவருக்கு நன்றிக் கடன்பட வைத்துள்ளன. மற்றும் அரிய வெளிப்பாடுகளையும், புதிய செறிவு மிக்க கருத்துக்களை வெளிக்கொணரும் வாக்கிய அமைப்புகள், நிறைவான அமைதி நிலை மற்றும் கம்பீரம் ஆகியவற்றுடன் அவர் மிகப்பெரிய கருத்துக்களைச் சுருக்கிச் சொல்வது, அவர் வாழ்க்கைச் சிக்கல்களை அவருடைய தன்னம்பிக்கை, சமநிலை, அருள் ஆகியவற்றுடன் அவர் எப்படி எதிர்கொண்டார் என்பதை விளக்குகின்றன. மங்குதல், தெளிவற்றதன்மை, போலிவாதம், மழுப்பும் பேச்சு அல்லது முடிவெடுப்பதில் தயக்கம் ஆகிய எதுவுமே அவருடைய எழுத்துக்களை மேகம்போல் மூடி மறைக்கவில்லை.

அவரின் குறட்பாக்களில் தனிச்சிறப்பான முதிர்ச்சி மென்னய மிகுதி ஆகியவற்றிலிருந்து எழுகின்ற உயிரோட்டமான உள்நோக்கும் முதிர்ச்சியும் உள்ளன. ஆதலின் அவர் அவருடைய உயர்ந்த அறிவு மிகுந்த கனிகளை ஒரு முதிர்ந்த மரத்தைப் போல் நழுவி விழச்செய்கிறார்.

எல்லாவற்றையும் விட அவருடைய பிரமாண்டமான அன்புடைய உள்ளடக்கும்தன்மையானது சாதி, சமுதாயம்

அல்லது நாடு பற்றிய தொலைநோக்குப் பார்வையை அவருக்கு அளிக்கிறது.

அற்பமானவற்றை அங்கீகரிக்க மறுக்கிறது. அவரது உலகக்குடிமகன் நிலைமை, அவர் மற்றொரு தமிழ்க்கவிஞராகிய கணியன் பூங்குன்றனாருடன், பகிர்ந்து கொள்கிறார். அவர் பெரும்பாலும் வள்ளுவருக்கு சமகாலத்தவர். திருவள்ளுவரை ஒத்த அவரின் பரந்த நோக்கம் அவரது புறநானூற்றுக் கவிதையில் வெளிப்படுகிறது:-

> ஒவ்வொரு நாடும் எனது சொந்த நாடு
> ஒவ்வொரு மனிதனும் எனது குடும்ப உறவினன்.

இலக்கியக் குடியரசில் திருவள்ளுவர் தமக்குச் சமமாகச் சிலரையே கொண்டுவருகிறார். ஜீ.யூ.போப் சரியாகவே அவரை மனிதனின் பிரபஞ்சக் கவிஞர் என்று கூறிப் புகழாரம் சூட்டுகிறார்.

இணைப்பு

இந்நூலில் பயன்படுத்தப்பட்டுள்ள சொற்களுக்கு ஒலி பெயர்ப்பு, ஒலிபெயர்ப்புக் குறியீடுகளுடன்

1	Tiruva!!uvãr	10	kajabãhu
2	Tirukkura!	11	Silappatikãram
3	Kambar	12	Manimêkalai
4	Avvayãr	13	Sãttanãr
5	Chêrã	14	Kapilar
6	Chôla	15	Paranar
7	Pãndyã	16	Kotamanãr
8	Tamil̲	17	Mãngudi Marudanãr
9	Kãrikãl Chõla	18	Tenikudi Marutanãr

துணைநூற்பட்டியல்

1 திருவள்ளுவருடைய குறள்- மொழிபெயர்ப்பு - புனித டபிள்யூ.எச். டிரூ. 1840

2 தமிழ் புளூடார்க் சைமன் காசிச் செட்டி. 1859

3 புனித குறள் அல்லது திருவள்ளுவ நாயனார் - புனித ஜீ. யூ. போப் ஆக்ஸ்போர்டு பல்கலைக்கழக பிரஸ் 1886

4 லெ லிவ்ர் டி லமூர் டென் திருவள்ளுவர் -பிரெஞ்சு மொழிபெயர்ப்பு - டெ பாரிகு டெ பவுடன்யு 1889

5 திருவள்ளுவரின் முதுமொழிகள் - வி.வி.எஸ் ஐயர் 1915

6 வள்ளுவம் - டாக்டர் வ.சுப. மாணிக்கம் 1953

7 வள்ளுவர் வாக்கு - வெள்ளிவிழா மலர் திருவள்ளுவர் கழகம், தென்காசி 1955

8 திருவள்ளுவர் வாழ்க்கை விளக்கம் - எம். வரதராசன் 1959

9 திருக்குறள் - ஆங்கில மொழி பெயர்ப்பு குறிப்புகள் மற்றும் விளக்கங்கள் - கே. எம். பாலசுப்ரமணியம் 1962

10 ஒரு தமிழ் இலக்கிய வரலாறு - டி.பி.மீனாட்சிசுந்தரம் 1965

11 திருக்குறள் நீதி இலக்கியம்-கே. டி. திருநாவுக்கரசு 1971

12 திருக்குறள் ஈரடிப் பாக்கள் தெளிவான உரைநடையில்- யோகி சுத்தானந்த பாரதி 1971

13 வள்ளுவர் குரல் - இராவ் சாகேப் எஸ்.ஆர்.வி. அரசு 1972

14 திருக்குறள் புதை பொருள் - கே.ஏ.பி. விஸ்வநாதன் 1974

முடிவுக் குறிப்புகள்

நூலாசிரியர் எஸ்.மகராஜன் தமிழ் இலக்கியத்தை உருவாக்கியவர்களில் முதலிடத்தைப் பெறுபவர் திருவள்ளுவர் என்று கூறிவிட்டு கம்பரைத் தவிர என்று முடிக்கிறார். தேசிய மகாகவி பாரதியார் தமிழ் இராமயண ஆசிரியர் ஒன்பதாம் நூற்றாண்டில் வாழ்ந்தவர் தமிழ்க்கவிஞர்களுல் தலை சிறந்தவர் கம்பர் என்ற கருத்தை வெளியிடுவது போல் தோன்றுகிறது. பாரதியார் தமிழ் நாட்டு முக்கிய கவிஞர் வரிசையைக் கூறும் போது கம்பனையே முதலில் வைக்கிறார்:

யாமறிந்த புலவரிலே கம்பனைப்போல்,
வள்ளுவர்போல், இளங்கோவைப் போல்
பூமிதனில் யாங்கணுமே பிறந்ததில்லை

நூலசிரியரின் கருத்தைப் பிரதிபலிப்பதாக உள்ளது பாரதியின் கவிதை.

வள்ளுவர் தமிழ் நாட்டுக் கவிஞராக இருந்த போதிலும் , அவர் பார்வை உலகத்தைப் பற்றியதாக இருக்கக் காண்கிறோம். இது குறித்தே மகாகவி பாரதியார் அவரை உலகுக்கு அளித்த பெருமை தமிழ் நாட்டைச் சாரும் என்று நயம் படக் கூறுகிறார்:

'வள்ளுவன் தன்னை உலகினுக்கே தந்து
வான்புகழ் கொண்ட தமிழ்நாடு'

நூலாசிரியரும் அவர் மனித இனத்தைப் பற்றிச் சிந்திப்பதை தனது முன்னுரையிலும் நூலில் இன்னும் சில இடங்களிலும் கூறக் காண்கிறோம்.

பிளேட்டோ (கி.மு551-479), கிரேக்க நாட்டு மூதறிஞர் சாக்ரடிஸின் மாணவர் மற்றும் அரிஸ்டாட்டில் (கி.மு385-322), மாவீரன் அலெக்ஸான்டர் தெ கிரேட்டின் ஆசிரியர் ஆவார். இவர், பிளேட்டோவின் மாணவர், எல்லா அறிவுத்துறைக்கும் பங்களித்த பெருமையுடையவர். கன்பூசியஸ் சீனாவில் லூ என்ற இடத்தில் பிறந்து அதே இடத்திலேயே கி.மு 479ல் மறைந்தவர். சீனாவின் தத்துவ அறிஞர் என்று போற்றப்படுபவர். ஜீன் ஜாக்கஸ் உரூசோ (1712-1778) பிரெஞ்சு நாட்டு 18ம் நூற்றண்டில் வாழ்ந்த அரசியல் தத்துவம் மற்றும் கல்வியல் அறிஞர் (எமிலி என்ற நூலின் ஆசிரியர்). இங்கு குறிக்கப்பட்டுள்ளோர் தத்துவ அறிஞர்கள்.

மாத்தியூ ஆர்னால்ட்(1822-1888), ஆங்கில இலக்கியத்தில் விக்டோரியன் காலத்தைச் சேர்ந்தவர். இவர் கவிஞர், கல்வியாளர், பண்பாட்டு விமர்சகர். ஆர்னால்டின் கவிஞரைப் பற்றிய விவரிப்பு

திருவள்ளுவருக்கு எவ்வளவு பொருத்தமாக இருக்கிறது என்பதை அறிந்து கொள்ள நூலாசிரியர் ஆர்னால்டின் கவிதையை இங்கு மேற்கோளாக காட்டு கிறார். இது பணி துறப்பு (Resignation) என்ற தலைப்புள்ள கவிதையில் இருந்து எடுக்கப்பட்டுள்ளது

ஆல்பர்ட் சுவைட்சர் (1875-1923), ஜெர்மானிய தத்துவ அறிஞர். நாகரிகத்தின் தத்துவம் என்னும் நூலை (1923) எழுதியவர். திருக்குறளைப்பற்றிய இவரது கருத்துக்கள் உலகளவில் பெரிய தாக்கத்தை ஏற்படுத்தி இருக்கின்றன.இவரின் நூலான ‘இந்திய சிந்தனை மற்றும் அதன் வளர்ச்சி’ என்ற நூலிலிருந்து பல மேற்கோள்களை நூலாசிரியர் காட்டுகிறார்.

செனேக்கா (கி.மு 4 - கி. பி 65) தத்துவஅறிஞர், ஸ்டாயிசிசம் (துன்பம் வரும் வேளையில் பொறுமை மற்றும் அமைதியுடன் இருக்கும் பிரிவைச் சேர்ந்தவர்) உரோம நாடகாசிரியரும் கூட. ஸ்பெயினில் பிறந்திருந்தாலும் உரோமில் புகழுடன் வாழ்ந்தவர்.

வில்லியம் ஷேக்ஸ்பியர் (1564 -1616) இங்கிலாந்தின் தேசிய கவிஞர். ஆங்கிலமொழியில் எழுதியவர்களில் தலை சிறந்த எழுத்தாளர் என்று கருதப்படுகிறவர் தமிழில் எழுதியவர்களுள் வள்ளுவர் தலைசிறந்த எழுத்தாளர் என்று கருதப்படுவதைப்போல.

புனித அகஸ்டின் (கி.பி.354-430) ‘ஆரிலியஸ் அகஸ்டினஸ்’ என்று இலத்தின் மொழியில் அழைக்கப்படுபவர் தலைசிறந்த கத்தோலிக்க தத்துவ ஞானியாக அறியப்படுகிறவர் மற்றும் தலைமைக்குரு ஹிப்போ. உரோமானிய வடக்கு ஆப்பிரிக்காவில் பணியாற்றியவர் சுயசரிதைக்கு (Autobiography) முன்னோடியாக இருந்த ஒப்புக்கொள்ளல்கள் (Confessions) என்ற நூலின் ஆசிரியர் அவரைப் புகழ்ந்து 19 ம் நூற்றாண்டைச் சேர்ந்த அயர்லாந்து தலைமைக்குரு மற்றும் கவிஞர், ஆங்கிலமொழி வல்லுநர் ஆக இருந்த ரிச்சேர்ட் சி.டிரென்ச் (1809-1886) எழுதியுள்ளதை மேற்கோள் காட்டி புனித டாக்டர் ஜீ யூ போப் (1820-1908), இவை திருவள்ளுவருக்கு முற்றிலும் பொருந்தும் என்று கூறியுள்ளார்

ஔவை என்ற பயருடைய இரண்டு பெண் புலவர்கள் தமிழ் இலக்கியத்தில் இருந்துள்ளார்கள். ஒருவர் கடைச் சங்க காலத்தில் வாழ்ந்து புறநானூற்றில் உள்ள ஒருசில கவிதைகளை எழுதியவர். மற்றவர் கம்பர் வாழ்ந்த ஒன்பதாம் நூற்றாண்டில் வாழ்ந்து ஆத்திசூடி, கொன்றைவேந்தன், நல்வழி முதலான நூல்களை எழுதியவர். நூலாசிரியரின் ‘அணுவைத் துளைத்தேழ் கடலைப் புகுத்தி குறுகத் தறித்தக் குறள்’ என்கிற குறிப்பு திருவள்ளுவரின் தங்கையான ஔவையார் கடைச் சங்க காலத்தில் வாழ்ந்தவரைக்குறிக்கும். ஆத்திசூடியின் உரையாசிரியர் ந.மு. வேங்கடசாமி நாட்டார் இந்நூலின்

முகவுரையில் இரு ஔவை பற்றிய தகவலை அளிக்கிறார். (ஆத்திசூடி--கழக வெளியீடு, சென்னை-600108, மறுபதிப்பு, 1987, ப-ம்.2)

பிராகிருதம், பாலி, சமஸ்கிருதம் ஆகியவை பிராகிருதம், பாகதம் என்று அழைக்கப்படுகிற சமஸ்கிருதத்தின் பேச்சுவழக்கு மொழி. பௌத்த சமய நூல்கள் எழுதப்பட்டுள்ள மொழி பாலி. பௌத்தர்களின் புனித மொழி என்றும் இது கூறப்படுகிறதது. இம்மொழி பாண்டிய நாட்டில் பிரபலமாகி பாண்டிய நாட்டின் ஆட்சிமொழியாக ஆகும் நிலையில் ஒரு காலத்தில் இருந்தது. சமஸ்கிருதம் அல்லது சங்கதம் என்பது இந்தியாவின் மிகப்பழமையான மொழிகளுள் ஒன்று. இந்தோ ஆரிய மொழிக்குடும்பத்தைச் சேர்ந்த இம்மூன்று மொழிகளும் வடமொழி என்றே இன்றும் குறிப்பிடப்படுகின்றன

சிலப்பதிகாரமும் இராமாயணமும் தேசிய இலக்கியங்கள் என்ற கருத்தை ஏ.எல்.பாஷம் என்பார் அவரது நூலான 'விந்தையாக இருந்த இந்தியா' (த ஒன்டர் தட் வாஸ் இன்டியா) என்ற நூலில் குறிப்பிடுகிறார் (முதற் பதிப்பு 1954,பை சிட்ஜ்விக் ஜாக்சன், இலண்டன்). ஆங்கிலத்தில் உள்ள இந்நூல், யூபிஎஸ்ஸி (ஸிவில் சர்வீசஸ்) போட்டித்தேர்வில் பங்கு பெறும் மாணவர்களால் விரும்பிப் படிக்கப் படுகிறது.

கான்ஸ்டான்டைன் ஜோசப் பெஸ்கி (1680-1747) இத்தாலிய மதபோதகர் வீரமாமுனிவர் என்ற தமிழ்ப்பெயரைப் பெற்றிருந்தவர். திருக்குறள், தேவாரம், திருப்புகழ், ஆத்திசூடி ஆகிய தமிழ்நூல்களை இலத்தீனில் மொழி பெயர்த்தவர். திருக்குறளைப் படித்தபின் புற மதத் தினருக்கு எதிரான தனது கருத்தை மாற்றிக்கொண்டவர்.

எம். ஏரியல்,19-ம் நூற்றாண்டு பிரெஞ்சு தத்துவஅறிஞர் மற்றும் மொழிபெயர்ப்பாளர், திருக்குறளை மொழிபெயர்த்தது மட்டுமல்லாமல் அதன் பெருமையை உலகுக்குச் சொன்னவரும் ஆவார். அவர் மான்சியர் (பிரெஞ்சுச் சொல், மெசிய என்று உச்சரிக்கப்படுவது, மிஸ்டெர் என்ற ஆங்கிலச் சொல்லுக்கு இணையானது) ஏரியல் என்றும் ஈ.எஸ்.ஏரியல் என்றும் அறியப்படுகிறார்.

புனித டாக்டர் ஜான் லாசரஸ்(1845-1925) திருக்குறள் மொழிபெயர்ப்பாளர். வில்லியம் ஹென்ரி ட்ரூ என்பார் அதிகாரங்கள் 1-63 வரை மொழிபெயர்க்க, புனித ஜான் லாசரஸ் அதிகாரங்கள் 64 லிருந்து 133 வரை மொழிபெயர்த்தார். நூலாசிரியர் திருக்குறளின் செம்மையைப் பற்றி லாசரஸ் பதிவுசெய்துள்ள கருத்தை மேற்கோளாக காட்டுகிறார்.

கபிலரும் திருவள்ளுவரும் சமகாலத்தவர் என்று நூலாசிரியர் கூறுதலால், வேங்கடசாமி நாட்டார் தமது ‘கபிலர்’ என்ற நூலில் (பக்கம் 55ல், மெய்யப்பன் பதிப்பகம், முதல் பதிப்பு 2014) இல் கபிலரும் பரணரும் ‘ஒரு காலத்தினரென்றும் ஒத்த பெருமையரென்றும், ஒத்த கேண்மையரென்றும்’ கூறுவதோடு அவர்களின் காலக்குறிப்பு கி.பி. 50 முதல் 125 வரை இருக்க வேண்டும் என்று கூறுகிறார்’. மற்றும் ‘ஔவையார் கி.பி 65 முதல் 165 வரையிலாவது வாழ்ந்தவராவது வேண்டும் என்றும் கூறுகிறார்.’

டி. கே. சிதம்பரநாத முதலியார் (1882-1954) திருநெல்வேலி மாவட்டத்தில் உள்ள திருக்குற்றாலத்தைச் சேர்ந்தவர். இலக்கிய விமர்சகர், தமிழ் ஆர்வம் மிக்கவர். தமிழ் ஆர்வலர்களுக்கும், தமிழ் கவிஞர்களுக்கும் உதவி செய்யும் ஆர்வம் அதிகம் உள்ளவர். இளைய கவிஞர்கள் மற்றும் எழுத்தாளர்களுக்கு தன்னால் ஆன ஆதரவு கொடுக்கத்தவறாதவர். கம்பனையும் கம்ப இராமயணத்தையும் போற்றும் இயல்பினர். மற்றும் தமிழ்க் கவிஞர்கள் அல்லது எழுத்தாளர்கள் பரிசு பெறுவோரைப் போற்ற விழாஎடுக்கத் தவறாதவர். இது போன்ற விழாக்களில் அவரின் விருந்தோம்பும் கலையை அனுபவித்தவர் ஏராளமானோர்.

பிரெஞ்சு நாட்டைச் சேர்ந்த சார்லஸ் அகஸ்டின் புனித பாவே (1804-1869) இலக்கிய விமர்சகர் ஒரு தனியான உக்தியை உருவாக்கி இலக்கிய விமர்சனத்துக்கு வழிகோலியவர். இவருக்கு இணையாக டி.கே.சியை ஒப்பிடலாம் என்று நூலாசிரியர் மகராஜன் கூறுகிறார். டி.கே.சியின துணுக்குக்கதை கம்பரின் புரிதல் வஞ்சகக் சிக்கல் வழியை அடிப்படையாகக் கொண்டு மகாபலியின் ஆணவத்தை ஒழித்ததில் இருந்து பிறந்தது. இதைப் பயன்படுத்தி குறள் எண் 105 க்கும் மற்றொரு கதை திருடனிடம் உள்ள நல்ல குணத்தைப் பற்றியது குறள் எண் 76 ஐப் புரிந்துகொள்வதற்கும் டிகேசி வழி வகுக்கிறார். புகழ்மிகுந்த உரையாசிரியர்கள் செய்ய இயலாததைச் செய்யும் டிகேசியின் புலமையும் நுண்ணறிவும் புலப்படுகின்றன.

மார்க்கஸ் ஆரோலியஸ் என்னும் பெயருடைய உரோமப் பேரரசன் (கி.பி.161-180) உரோமாபுரியை ஆண்டவன்; அமைதியை விரும்புகிறவன்; துன்பம் நேர்ந்தபோதுகூடப் பொறுமை காப்பவன். அவன் கூட வள்ளுவர் அளவுக்கு சென்று அரிய சொல்லுக்காக காத் திருந்தது கிடையாது.

ஹைட் பூங்கா. இலண்டனில் முக்கியப் பகுதியில் உள்ள எட்டு அரசுப் பூங்காக்களில் ஒன்று. இது 350 ஏக்கர் பரப்பளவைக் கொன்டது. இங்குப் பல்வகையான பேச்சாளர்கள் மக்கள் மனதைக் கவரும் படி பேசு வார்கள். வள்ளுவர் காலத்தில் பல்வேறு மதப் பிரிவைச் சார்ந்தவர்களால்

இது போன்ற பேச்சுக்களால் தங்கள் மதப்பிரிவுக்கு மக்களின் ஆதரவு தேடும் நிலை காணப்பட்டது.

ஆர்தர் ஷொபன் ஹோவர் (1788-1860) ஜெர்மானியத் தத்துவாசிரியர். சில சமயங்களில் எதிர்மறைத் தத்துவாசிரியர் என்றும் இவர் அழைக்கப்படுகிறார். பின்னாள் இருத்தல் அல்லது அனுபவித்தல் கோட்பாட்டுத் தத்துவாசிரியர்களை இவருடைய கருத்துக்கள் கவர்ந்தன. குறள் எண் 1071 ல் உள்ள நகைச்சுவையை இவர் உணர்ந்து போற்றியுள்ளதாக நூலாசிரியர் குறிப்பிடுகிறார்.

டெனிஸ் டைடெராட் (1713-1784), பிரெஞ்சு நாட்டைச் சேர்ந்தவர் 'கடவுளை விரிவுபடுத்தி விடுவியுங்கள்' என்று கூறியவர்; பைபிளில் உள்ள கடவுட்கொள்கைக்கு மாற்றம் வேண்டியவர். வள்ளுவருக்கு பலநூற்றாண்டுகள் பின்னே வந்தவரும் 'தத்துவ எண்ணங்கள்' என்ற நூலை எழுதியவரும் ஆவார். இவர் 1741ல் ஷீன் ஜாக்கஸ் உரூசோவைச் (1712-1778) சந்தித்தவரும் ஆவார்.